JN105446

はじめての日本語能力試験

N3 漢字 350

アスク編集部 編

ask

はじめに

　本書は、日本語能力試験の各レベルに対応した漢字シリーズの一冊であり、N3の合格に必要とする漢字と漢字語彙を学ぶものです。

　日本語能力試験の公式問題集や試験対策本などを分析し、N3の試験に出る漢字を350字厳選しました。また、N3レベル以上になると、漢字語彙力があるかないかで試験の結果は大きく左右されます。そのため、N3の試験に出る可能性が高い語彙約1400語を収録しました。

　漢字の並び順については、漢字の一部が似ているものを集めて並べました。そうすることで、違いに注目し、漢字の形がイメージしやすくなると考えられます。

　覚えた漢字はWebドリルで復習できます。漢字語彙の定着を図るドリルの他に、JLPT形式の練習問題も用意していますので、試験対策につながります。

　N5とN4レベルの漢字確認リストも用意しています。まずはN3より下のレベルの漢字がきちんと習得できたかをチェックしてから、N3漢字の学習に入ってください。

　本書はコンパクトな判型のため、持ち歩きに便利で、スキマ時間を利用しての漢字学習が可能です。本書で漢字を学ぶ皆さんが試験に合格できるよう、心よりお祈りしております。

アスク出版　編集部一同

2020年10月

Introduction

This book is a part of a kanji study guide series that covers each level of the Japanese Language Proficiency Test (JLPT) to help readers. In this particular book, you will learn the kanji and kanji vocabulary necessary for passing the N3 level of the JLPT.

For this book, 350 kanji that appear in the N3 test were chosen by analyzing collections of JLPT official problems and study guides. Furthermore, for the N3 level and above, knowledge kanji vocabulary can have a major effect on your overall score. Therefore, approximately 1,400 vocabulary words that have a high probability of appearing on the N3 level test have been collected.

Kanji are arranged based on similar looking radicals. We believe this will help learners be more mindful of the differences between kanji and be able to better picture the forms and shapes of kanji.

You can review the kanji you learned using Web drills. In addition to kanji vocabulary drills that test your retention, there are also practice questions that are presented in the same format as actual questions on the JLPT that will also help with test reparations.

Kanji lists for the N5 and N4 levels are also provided, so first check and confirm that you have properly learned the kanji from the lower levels before you begin studying N3-level kanji.

This book comes in a compact format, making it convenient to carry around with you and use to study kanji in your spare time. We hope that our readers looking to study kanji are successfully able to pass their tests.

Ask Publishing, Editing Department
October 2020

Đây là một trong những cuốn sách thuộc bộ Kanji ứng với từng cấp độ của kỳ thi năng lực tiếng Nhật, dùng để học chữ Hán và các từ vựng cần thiết để đỗ chứng chỉ N3.

Chúng tôi đã phân tích bộ đề chính thức của kỳ thi năng lực tiếng Nhật và sách luyện thi, đồng thời tuyển chọn kỹ lưỡng 350 chữ Kanji cho chứng chỉ N3. Ngoài ra, ở trình độ N3 trở lên, kết quả bài thi sẽ bị ảnh hưởng rất nhiều với việc bạn có vốn từ vựng Kanji hay không. Vì vậy, chúng tôi đã biên soạn khoảng 1400 từ vựng có khả năng cao sẽ xuất hiện trong kỳ thi lấy chứng chỉ N3.

Về thứ tự trình bày, chúng tôi đã thu thập và sắp xếp các chữ Kanji có cùng bộ chữ tương tự. Làm như vậy, người học sẽ dễ tập trung vào sự khác biệt và dễ hình dung ra hình dạng của chữ Kanji hơn.

Bạn có thể ôn lại các chữ Kanji đã nhớ bằng cách sử dụng phần luyện tập trên web. Ngoài các bài luyện tập để nhớ kỹ từ vựng Kanji, các bài tập kiểu JLPT cũng được chuẩn bị sẵn để giúp bạn chuẩn bị thật tốt cho kỳ thi.

Chúng tôi cũng có list chữ để kiểm tra Kanji cấp độ N5 và N4, vì vậy trước tiên hãy kiểm tra xem bạn đã nắm vững Kanji cấp độ thấp hơn N3 hay chưa, sau đó hãy bắt tay vào học Kanji N3.

Sách được thiết kế nhỏ gọn rất tiện để mang theo nên bạn có thể học Kanji trong bất kỳ thời gian trống nào. Cầu chúc tất cả các bạn- những người học Kanji trong cuốn sách này đều có thể vượt qua kỳ thi với kết quả như mong đợi.

Ban Biên tập nhà Xuất bản ASK

Tháng 10 năm 2020

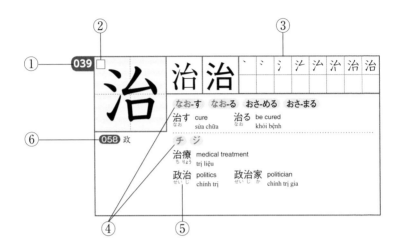

本書の使い方
ほんしょ つか かた

① 漢字の番号です。
   かんじ ばんごう

② チェックボックスです。覚えたら、チェックを入れましょう。
   おぼ

③ 漢字の書き順です。本を見ながら、紙などに書いて練習しましょう。
   かんじ か じゅん ほん み かみ か れんしゅう

④ 漢字の訓読みと音読みです。訓読みはひらがな、音読みはカタカナ表
   かんじ くんよ おんよ くんよ おんよ ひょう
   記になっています。また、N3の段階で覚える必要がある読みは赤、ま
   き だんかい おぼ ひつよう よ あか
   だ覚えなくてもいい読みは黒になっています。必要に応じて覚えまし
   おぼ よ くろ ひつよう おう おぼ
   ょう。

⑤ 語彙の読みです。対象の漢字を使った、N3の試験に出る可能性が高い
   ごい よ たいしょう かんじ つか しけん で かのうせい たか
   語彙を徹底して選び出しました。日本語能力試験では、漢字は語彙に
   ごい てってい えら だ にほんごのうりょくしけん かんじ ごい
   組み込まれる形で出題されるので、単漢字を勉強したあと、語彙も覚
   く こ かたち しゅつだい たんかんじ べんきょう ごい おぼ
   えましょう。覚える必要がある読みは赤になっています。声に出して
   おぼ ひつよう よ あか こえ だ
   読んで練習しましょう。
   よ れんしゅう

⑥ こちらの語彙に組み込まれ、本書の350字にも含まれる関連漢字です。
   ごい く こ ほんしょ じ ふく かんれんかんじ

How to Use This Book

① This is the kanji number.

② This is a checkbox. Put a check here once you have memorized this kanji.

③ This shows the kanji's stroke order. Practice by writing the kanji while looking at the stroke order in the book.

④ These are the kun yomi and on yomi of the kanji. The kun yomi is shown in hiragana, and the on yomi is shown in katakana. Readings that you must know for the N3 level are shown in red, and readings that you do not yet need to memorize are written in black. Be sure to learn what you need to know.

⑤ These are the readings for the related kanji vocabulary. These specially chosen vocabulary words include the given kanji and have a high probability of being used in the actual N3 level test. On the JLPT, kanji are used in vocabulary questions, so be sure to learn the kanji vocabulary words after learning the individual kanji. The readings you need to learn are shown in red. Practice reading them out loud.

⑥ These are related kanji that appear in kanji vocabulary with the given kanji and are also included in the 350 kanji presented in this book.

Cách sử dụng cuốn sách này

① Số chữ Kanji

② Check box. Nếu ghi nhớ rồi thì hãy check vào.

③ Thứ tự nét viết Kanji. Vừa xem sách vừa luyện viết ra giấy.

④ Cách đọc âm Kun và âm On của Kanji. Âm Kun sẽ được biểu thị bằng chữ Hiragana và âm On sẽ được biểu thị bằng chữ Katakana. Ngoài ra, các bài đọc cần nhớ ở giai đoạn N3 sẽ có màu đỏ và các bài đọc chưa cần nhớ sẽ có màu đen. Hãy ghi nhớ khi cần thiết.

⑤ Cách đọc từ vựng. Chúng tôi đã chọn lựa kỹ lưỡng các từ vựng sử dụng Kanji có khả năng xuất hiện cao trong kỳ thi chứng chỉ N3. Trong kỳ thi năng lực tiếng Nhật, chữ Kanji được đưa ra dưới dạng tổng hợp từ vựng, vì vậy hãy cùng nhớ từ vựng sau khi đã học các từ đơn lẻ. Các bài đọc cần nhớ sẽ được bôi màu đỏ. Hãy đọc to và luyện tập.

⑥ Đây là những chữ Kanji liên quan được kết hợp với từ vựng và cũng được bao gồm trong 350 chữ có trong cuốn sách này.

Webドリル

練習問題がウェブサイトにあります（PDF／オンライン）。全部で7回分あり、覚えた漢字をWebドリルで復習できます。JLPT形式の練習問題を通して、試験対策ができます。詳しくは下記ウェブサイトをご覧ください。

Web Drills

Practice questions are available on our Web site (PDF/online). There are seven tests in all that you can use to review the kanji you learn in this book. Reviewing using practice questions that are presented in the same format as questions on the actual test will help prepare you for taking the real test. See our Web site for more information.

Luyện tập trên web

Các bài luyện tập có trên trang web (PDF/online). Tổng cộng có 7 lần, vì vậy hãy ôn tập các chữ Kanji đã nhớ bằng bài luyện tập trên web. Thông qua các bài tập kiểu JLPT sẽ giúp bạn chuẩn bị thật tốt cho kỳ thi. Vui lòng xem trang web dưới đây để biết thêm chi tiết.

PC https://www.ask-books.com/jp/jlptkanji/

Smartphone

N5漢字 かんじ	訓読み くんよ	音読み おんよ
一	ひと	イチ
	ひと-つ	イツ
二	ふた	ニ
	ふた-つ	
三	み	
	み-つ	サン
	みっ-つ	
四	よ	
	よ-つ	シ
	よっ-つ	
	よん	
五	いつ	ゴ
	いつ-つ	
六	む	
	む-つ	ロク
	むっ-つ	
	むい	
七	なな	
	なな-つ	シチ
	なの	

N5漢字 かんじ	訓読み くんよ	音読み おんよ
八	や	
	や-つ	ハチ
	やっ-つ	
	よう	
九	ここの	キュウ
	ここの-つ	ク
十	とお	ジュウ
		ジュッ
	と	ジッ
百		ヒャク
千	ち	セン
万		マン
		バン
円	まる-い	エン

11

N5漢字	訓読み	音読み
白	しろ しろ-い しら	ハク ビャク
日	ひ か	ニチ ジツ
月	つき	ガツ ゲツ
火	ひ ほ	カ
水	みず	スイ
木	き こ	モク ボク
金	かね かな	キン コン
土	つち	ド ト

N5漢字	訓読み	音読み
天	あま あめ	テン
気		キ ケ
空	そら あ-ける あ-く から	クウ
雨	あめ あま	ウ
花	はな	カ
山	やま	サン
川	かわ	セン
人	ひと	ジン ニン

N5漢字 かんじ	訓読み くんよ	音読み おんよ
男	おとこ	ダン ナン
女	おんな め	ジョ ニョ ニョウ
父	ちち	フ
母	はは	ボ
子	こ	シ ス
友	とも	ユウ
先	さき	セン

N5漢字 かんじ	訓読み くんよ	音読み おんよ
生	い-きる い-かす い-ける う-む う-まれる お-う は-やす は-える き なま	セイ ショウ
学	まな-ぶ	ガク
校		コウ
会	あ-う	カイ エ
社	やしろ	シャ
店	みせ	テン

13

N5漢字	訓読み	音読み
電		デン
車	くるま	シャ
口	くち	コウ / ク
目	め / ま	モク / ボク
耳	みみ	ジ
手	て / た	シュ
足	あし / た-りる / た-る / た-す	ソク

N5漢字	訓読み	音読み
何	なに / なん	カ
時	とき	ジ
間	あいだ / ま	カン / ケン
分	わ-ける / わ-かれる / わ-かる / わ-かつ	フン / ブン / ブ
今	いま	コン / キン
年	とし	ネン
去	さ-る	キョ / コ

N5漢字	訓読み	音読み
半	なか-ば	ハン
午		ゴ
牛	うし	ギュウ
犬	いぬ	ケン
魚	さかな / うお	ギョ
本	もと	ホン
名	な	メイ / ミョウ

N5漢字	訓読み	音読み
上	うえ / うわ / かみ / あ-げる / あ-がる / のぼ-せる / のぼ-る / のぼ-す	ジョウ / ショウ
下	した / しも / もと / さ-げる / さ-がる / くだ-す / くだ-る / くだ-さる / お-ろす / お-りる	カ / ゲ
左	ひだり	サ
右	みぎ	ウ / ユウ
中	なか	チュウ / ジュウ

15

N5漢字	訓読み	音読み
外	そと ほか はず-す はず-れる	ガイ ゲ
前	まえ	ゼン
後	あと うし-ろ のち おく-れる	ゴ コウ
東	ひがし	トウ
西	にし	セイ サイ
南	みなみ	ナン ナ
北	きた	ホク

N5漢字	訓読み	音読み
大	おお おお-きい おお-いに	ダイ タイ
小	ちい-さい こ お	ショウ
多	おお-い	タ
少	すく-ない すこ-し	ショウ
高	たか-い たか たか-める たか-まる	コウ
安	やす-い	アン
新	あたら-しい あら-た にい	シン

N5漢字 かんじ	訓読み くんよ	音読み おんよ
□ 古	ふる-い ふる-す	コ
□ 長	なが-い	チョウ
□ 行	い-く ゆ-く おこな-う	コウ ギョウ アン
□ 来	く-る きた-る きた-す	ライ
□ 入	い-れる はい-る い-る	ニュウ
□ 出	だ-す で-る	シュツ スイ
□ 立	た-てる た-つ	リツ リュウ

N5漢字 かんじ	訓読み くんよ	音読み おんよ
□ 休	やす-む やす-める やす-まる	キュウ
□ 見	み-る み-える み-せる	ケン
□ 聞	き-く き-こえる	ブン モン
□ 言	い-う こと	ゲン ゴン
□ 話	はな-す はなし	ワ
□ 食	た-べる く-う く-らう	ショク ジキ
□ 飲	の-む	イン

N5漢字 かんじ	訓読み くんよ	音読み おんよ
買	か-う	バイ
読	よ-む	ドク トク トウ
書	か-く	ショ

N4漢字 かんじ	訓読み くんよ	音読み おんよ
兄	あに	キョウ ケイ
弟	おとうと	ダイ テイ デ
姉	あね	シ
妹	いもうと	マイ
親	おや した-しい した-しむ	シン
朝	あさ	チョウ
昼	ひる	チュウ

N4漢字 かんじ	訓読み くんよ	音読み おんよ
夕	ゆう	セキ
夜	よる よ	ヤ
春	はる	シュン
夏	なつ	カ ゲ
秋	あき	シュウ
冬	ふゆ	トウ
色	いろ	ショク シキ

N4
漢字

N4漢字	訓読み	音読み
赤	あか あか-い あか-らめる あか-らむ	セキ シャク
青	あお あお-い	セイ ショウ
黒	くろ くろ-い	コク
寺	てら	ジ
持	も-つ	ジ
待	ま-つ	タイ
代	か-わる か-える よ しろ	ダイ タイ
仕	つか-える	シ ジ

N4漢字	訓読み	音読み
住	す-む す-まう	ジュウ
作	つく-る	サク サ
体	からだ	タイ テイ
低	ひく-い ひく-める ひく-まる	テイ
使	つか-う	シ
便	たよ-り	ベン ビン
借	か-りる	シャク
働	はたら-く	ドウ

N4漢字 かんじ	訓読み くんよ	音読み おんよ
動	うご-かす うご-く	ドウ
次	つ-ぐ つぎ	ジ シ
池	いけ	チ
海	うみ	カイ
洋		ヨウ
法		ホウ ホッ ハッ
注	そそ-ぐ	チュウ
洗	あら-う	セン

N4漢字 かんじ	訓読み くんよ	音読み おんよ
漢		カン
字	あざ	ジ
究	きわ-める	キュウ
室	むろ	シツ
家	いえ や	カ ケ
寒	さむ-い	カン
写	うつ-す うつ-る	シャ
元	もと	ゲン ガン

21

N4漢字 かんじ	訓読み くんよ	音読み おんよ
☐ 光	ひか-る ひかり	コウ
☐ 売	う-る う-れる	バイ
☐ 発		ハツ ホツ
☐ 文	ふみ	ブン モン
☐ 主	おも ぬし	シュ ス
☐ 市	いち	シ
☐ 京		キョウ ケイ

N4漢字 かんじ	訓読み くんよ	音読み おんよ
☐ 交	まじ-える まじ-わる ま-ぜる ま-ざる ま-じる か-わす か-う	コウ
☐ 広	ひろ-い ひろ-げる ひろ-がる ひろ-める ひろ-まる	コウ
☐ 度	たび	ド ト タク
☐ 危	あぶ-ない あや- うい あや-ぶむ	キ
☐ 険	けわ-しい	ケン
☐ 院		イン
☐ 部		ブ

N4漢字 かんじ	訓読み くんよ	音読み おんよ
都	みやこ	ト
		ツ
病	や-む	ビョウ
	やまい	ヘイ
疲	つか-れる	ヒ
虫	むし	チュウ
風	かぜ	フウ
	かざ	フ
石	いし	セキ
		シャク
		コク
岩	いわ	ガン
研	と-ぐ	ケン

N4漢字 かんじ	訓読み くんよ	音読み おんよ
田	た	デン
町	まち	チョウ
界		カイ
番		バン
画		ガ
		カク
止	と-める	シ
	と-まる	
正	ただ-しい	セイ
	ただ-す	
	まさ	ショウ
自	みずか-ら	ジ
		シ

23

N4漢字 かんじ	訓読み くんよ	音読み おんよ		N4漢字 かんじ	訓読み くんよ	音読み おんよ
首	くび	シュ		切	き-る	セツ
					き-れる	サイ
有	あ-る	ユウ		地		チ
		ウ				ジ
事	こと	ジ		場	ば	ジョウ
		ズ				
力	ちから	リョク		帰	かえ-る	キ
		リキ			かえ-す	
所	ところ	ショ		銀		ギン
工		コウ		理		リ
		ク				
不		フ		野	の	ヤ
		ブ				
太	ふと-い	タイ		菜	な	サイ
	ふと-る	タ				

24

N4漢字 かんじ	訓読み くんよ	音読み おんよ
英		エイ
茶		チャ / サ
薬	くすり	ヤク
楽	たの-しい / たの-しむ	ガク / ラク
公	おおやけ	コウ
合	あ-う / あ-わす / あ-わせる	ゴウ / ガッ / カッ
答	こた-える / こた-え	トウ
台		タイ / ダイ

N4漢字 かんじ	訓読み くんよ	音読み おんよ
始	はじ-める / はじ-まる	シ
好	す-く / この-む	コウ
米	こめ	ベイ / マイ
料		リョウ
科		カ
私	わたし / わたくし	シ
村	むら	ソン
林	はやし	リン

25

N4漢字 かんじ	訓読み くんよ	音読み おんよ
森	もり	シン
紙	かみ	シ
終	お-わる / お-える	シュウ
教	おし-える / おそ-わる	キョウ
歌	うた / うた-う	カ
毎		マイ
方	かた	ホウ
旅	たび	リョ

N4漢字 かんじ	訓読み くんよ	音読み おんよ
族		ゾク
物	もの	ブツ / モツ
特		トク
別	わか-れる	ベツ
利	き-く	リ
知	し-る	チ
短	みじか-い	タン
頭	あたま / かしら	ズ / トウ / ト

N4漢字	訓読み	音読み
顔	かお	ガン
品	しな	ヒン
味	あじ / あじ-わう	ミ
映	うつ-す / うつ-る / は-える	エイ
明	あか-るい / あか-らむ / あ-かり / あき-らか / あ-ける / あ-く / あ-かす	メイ / ミョウ
暗	くら-い	アン
曜		ヨウ

N4漢字	訓読み	音読み
飯	めし	ハン
館	やかた	カン
計	はか-る / はか-らう	ケイ
試	ため-す / こころ-みる	シ
語	かた-る / かた-らう	ゴ
説	と-く	セツ / ゼイ
駅		エキ
験		ケン / ゲン

27

N4漢字	訓読み	音読み
門	かど	モン
問	と-う と-い とん	モン
開	あ-ける あ-く ひら-ける ひら-く	カイ
肉		ニク
用	もち-いる	ヨウ
同	おな-じ	ドウ
回	まわ-す まわ-る	カイ エ
図	はか-る	ズ ト

N4漢字	訓読み	音読み
国	くに	コク
園	その	エン
世	よ	セ セイ
区		ク
医		イ
者	もの	シャ
暑	あつ-い	ショ
習	なら-う	シュウ

N4漢字 _{かんじ}	訓読み _{くんよ}	音読み _{おんよ}
☐ 着	き-る き-せる つ-く つ-ける	チャク ジャク
☐ 早	はや-い はや-める はや-まる	ソウ サッ
☐ 員		イン
☐ 真	ま	シン
☐ 貸	か-す	タイ
☐ 乗	の-せる の-る	ジョウ
☐ 集	あつ-める あつ-まる つど-う	シュウ
☐ 業	わざ	ギョウ ゴウ

N4漢字 _{かんじ}	訓読み _{くんよ}	音読み _{おんよ}
☐ 返	かえ-す かえ-る	ヘン
☐ 送	おく-る	ソウ
☐ 通	かよ-う とお-す とお-る	ツウ ツ
☐ 週		シュウ
☐ 進	すす-める すす-む	シン
☐ 運	はこ-ぶ	ウン
☐ 道	みち	ドウ トウ
☐ 近	ちか-い	キン

29

N4漢字	訓読み	音読み
遠	とお-い	エン オン
建	た-てる た-つ	ケン コン
題		ダイ
走	はし-る	ソウ
起	お-きる お-こす お-こる	キ
勉		ベン
以		イ
死	し-ぬ	シ

N4漢字	訓読み	音読み
歩	ある-く あゆ-む	ホ ブ フ
考	かんが-える	コウ
音	おと ね	オン イン
声	こえ こわ	セイ ショウ
民	たみ	ミン
屋	や	オク
服		フク
取	と-る	シュ

30

N4漢字 かんじ	訓読み くんよ	音読み おんよ
引	ひ-く ひ-ける	イン
強	つよ-い つよ-める つよ-まる し-いる	キョウ ゴウ
弱	よわ-い よわ-る よわ-める よわ-まる	ジャク
重	おも-い かさ-ねる かさ-なる え	ジュウ チョウ
軽	かる-い かろ-やか	ケイ
転	ころ-ぶ ころ-がす ころ-がる ころ-げる	テン
心	こころ	シン
思	おも-う	シ

N4漢字 かんじ	訓読み くんよ	音読み おんよ
急	いそ-ぐ	キュウ
悪	わる-い	アク オ
意		イ
島	しま	トウ
鳥	とり	チョウ

31

N3漢字
かんじ

001-048

クイズ

市役所 はどう読む?

しゃくしょ　しゃくじょ　しえきしょ　しえきじょ

001 化

化 化 ノ イ イ 化

ば-かす　ば-ける

カ　ケ

文化 culture
ぶん か　văn hóa

変化 change
へん か　biến hóa

悪化 deterioration
あっ か　xấu đi

047 温
054 暖
333 変

化学 science
か がく　hóa học

温暖化 climate change
おんだん か　nóng lên toàn cầu

少子高齢化 declining birthrate and aging population
しょう し こうれい か　tỷ lệ sinh giảm già hoá dân số

化粧 cosmetics
け しょう　trang điểm

002 他

他 他 ノ イ イ 仲 他

ほか

他 other
ほか　khác

その他 miscenllaneous
ほか　ngoài ra

タ

他人 stranger
た にん　người khác

003 付

付 付 ノ イ 仁 付 付

つ-ける　つ-く

付ける attach; append
つ　dính vào; thêm vào

受付 recpetion
うけつけ　lễ tân

327 受

片付ける clean up
かた づ　sắp xếp

付く be attached; be appended
つ　được dính; được kèm

付き合う associate with
つ あ　kết giao

気付く realize
き づ　nhận ra

フ

添付 attached
てん ぷ　đính kèm

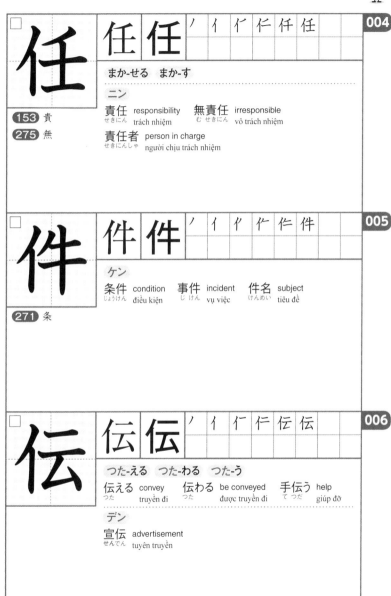

004

任任 ノ イ 仁 仁 仟 任

まか-せる　まか-す

ニン

153 責
275 無

責任 responsibility
せきにん　trách nhiệm

無責任 irresponsible
むせきにん　vô trách nhiệm

責任者 person in charge
せきにんしゃ　người chịu trách nhiệm

005

件件 ノ イ 仁 仁 件 件

ケン

271 条

条件 condition
じょうけん　điều kiện

事件 incident
じけん　vụ việc

件名 subject
けんめい　tiêu đề

006

伝伝 ノ イ 仁 仁 伝 伝

つた-える　つた-わる　つた-う

伝える convey
つた　truyền đi

伝わる be conveyed
つた　được truyền đi

手伝う help
てつだ　giúp đỡ

デン

宣伝 advertisement
せんでん　tuyên truyền

35

007 位

259 置

位 位 　ノ イ イ゛ 广 仵 位 位

くらい

イ

位置 position
い ち vị.trí

008 供

供 供 　ノ イ イ゛ 仕 供 供 供

とも　そな-える

子供 children
こ ども trẻ con

キョウ　ク

009 例

例 例 　ノ イ イ゛ 仔 仔 伊 例 例

たと-える

例えば for example
たと ví dụ

レイ

例 example
れい ví dụ

例外 exception
れいがい ngoại lệ

			010
価	価	ノ イ イ イ 伍 価 価 価	

あたい

カ

価値 value, worth　　物価 commodity price
か ち　giá trị　　　　ぶっか　vật giá

011 値

			011
値	値	ノ イ イ イ 値 値 値 値　値 値	

ね　あたい

値段 price　　　値引き discount
ね だん　giá cả　　ね び　giảm giá

010 価
106 段

チ

価値 value
か ち　giá trị

			012
保	保	ノ イ イ 仁 仁 仁 伴 保　保	

たも-つ

ホ

保存 storage　　保証 guarantee　　保険 insurance
ほ ぞん　bảo tồn　ほ しょう　bảo hành　ほ けん　bảo hiểm

保育園 day care
ほ いくえん　nhà trẻ

124 証
330 育
343 存

013 ☐

信 信

ノ　イ　イ　亻`　亻'　信　信　信
信

シン

信じる believe
しん　　　tin

327 受

受信 receiving　送信 sending　返信 reply
じゅしん　nhận tin　そうしん　gửi tin　へんしん　trả lời

信号 traffic light　信用 trust　自信 self-confidence
しんごう　tín hiệu　しんよう　tin dùng　じしん　tự tin

---

014 ☐

係 係

ノ　イ　亻`　亻'　亻'　俘　俘　係
係

かか-る　　かかり

係り charge　　　　係員 person in charge
かか　liên quan　　かかりいん　người phụ trách

263 関

ケイ

関係 relationship　　人間関係 personal relationship
かんけい　quan hệ　　にんげんかんけい　quan hệ xã hội

---

015 ☐

倍 倍

ノ　イ　亻'　亻'　亻'　位　位　倍
倍　倍

バイ

倍 double
ばい　gấp đôi

016

ノ	イ	化	化	仴	個	個	個
個	個						

コ

〜個 ~ items
こ　~ cái

個人 こじん	individual cá nhân	個人情報 こじんじょうほう personal information thông tin cá nhân
個性 こせい	individuality cá tính	

089 性
090 情
345 報

017

ノ	イ	彳	仆	价	攸	攸	修
修	修						

おさ-める　おさ-まる

シュウ　シュ

修理 しゅうり	repair sửa chữa	研修 けんしゅう training thực tập

018

ノ	イ	仁	广	伫	停	停	停
停	停	停					

テイ

バス停 bus stop
てい　bến xe bus

停車 ていしゃ	stopping dừng xe	停電 ていでん power outage dừng tàu

019			ノ	イ	イ	们	阋	佴	佣	佣
	側	側	俱	俱	側				

がわ

〜側 ~ side
がわ phía~

裏側 other side   **外側** outer side
うらがわ phía sau   そとがわ phía ngoài

ソク

020			ノ	イ	仁	仁	侶	侶	侶	律
健	健	健	律	律	健				

すこ-やか

ケン

021 康

健康 health
けんこう sức khỏe

021			`	宀	广	广	庐	庐	庐	唐
康	康	康	庚	唐	康				

コウ

健康 health
けんこう sức khỏe

020 健

40

		`	`	シ	シ	汁	汁	汁	汁	022
汁	汁	淮	準	準						

準

ジュン

準備 preparation
じゅん び chuẩn bị

023 備

		ノ	イ	イ	们	伊	伊	伊	023
俏	俏	備	備						

備

そな-える　そな-わる

ビ

022 準

準備 preparation
じゅん び chuẩn bị

		イ	イ	仁	仁	侫	侫	侫	侫	024
侫	侫	傻	傻	傻	傻	優	優			

優

やさ-しい　すぐ-れる

優しい gentle　　優れる excel
やさ hiền lành　　すぐ ưu tú

ユウ

025 勝
216 席

優勝 overall victory　優先席 priority seating
ゆうしょう vô địch　　ゆうせんせき ghế ưu tiên

俳優 actor　　　女優 actress
はいゆう diễn viên　　じょゆう nữ diễn viên

41

025 勝

| 勝 | 勝 | ノ | 月 | 月 | 月 | 月´ | 月゛ | 胖 |
| | | 胖 | 胖 | 勝 | 勝 | | | |

か-つ まさ-る

勝つ win
か　　thắng

勝手 one's own convenience
かって　tự tiện

024 優

ショウ

優勝 winning a championship
ゆうしょう　vô địch

026 役

| 役 | 役 | ィ | ゥ | 彳 | 彳 | 犭 | 役 | 役 |

ヤク エキ

役立つ be useful
やく だ　có ích

165 割

役割 role
やくわり　vai trò

市役所 municipal office
し やくしょ　ủy ban

027 彼

| 彼 | 彼 | ′ | ゥ | 彳 | 犭 | 犷 | 犲 | 彼 | 彼 |

かれ かの

彼 he; boyfriend
かれ　anh ấy

彼女 her; girlfriend
かのじょ　cô ấy

ヒ

028

	´	⼘	⼈	彳	什	秫	休	術
術 術	術	術	術					

ジュツ

技術 technology
ぎ じゅつ kỹ thuật

手術 surgery
しゅじゅつ phẫu thuật

芸術 the arts
げいじゅつ nghệ thuật

美術館 art museum
び じゅつかん bảo tàng mỹ thuật

082 技
203 芸
332 美

029

	´	⼘	⼈	彳	疒	疒	彳	彳
復 復	彳	復	復	復				

フク

往復 round trip
おうふく khứ hồi

回復 recovery
かいふく hồi phục

復習 review
ふくしゅう ôn tập

030

	`	⼆	ネ	ネ	ネ	ネ	衤	衤
複 複	衤	衤	衤	衤	複	複		

フク

複雑 complicated
ふくざつ phức tạp

複数 multiple
ふくすう số nhiều

059 数
298 雑

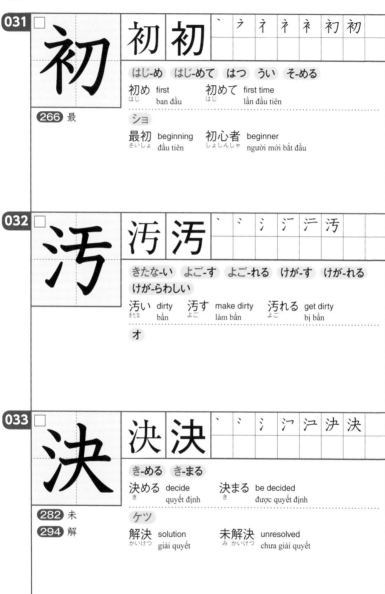

031 初

初 初 ｜ 丶 ｙ ｆ ｦ ｦ 初 初

はじ-め　はじ-めて　はつ　うい　そ-める

初め first
はじ ban đầu

初めて first time
はじ lần đầu tiên

266 最

ショ

最初 beginning
さいしょ đầu tiên

初心者 beginner
しょしんしゃ người mới bắt đầu

---

032 汚

汚 汚 ｜ 丶 丶 氵 氵 氵 汚

きたな-い　よご-す　よご-れる　けが-す　けが-れる
けが-らわしい

汚い dirty
きたな bẩn

汚す make dirty
よご làm bẩn

汚れる get dirty
よご bị bẩn

オ

---

033 決

決 決 ｜ 丶 丶 氵 氵 氿 沪 決

き-める　き-まる

決める decide
き quyết định

決まる be decided
き được quyết định

282 未

ケツ

294 解

解決 solution
かいけつ giải quyết

未解決 unresolved
み かいけつ chưa giải quyết

44

034

泊泊 ` ⺀ ⺌ ⺍ ⺡ 氵 泊 泊 泊

190 宿

と-める　と-まる

泊まる stay at
と　　　trú lại

ハク

宿泊 lodging
しゅくはく　lưu trú

2泊3日 three days and two nights
にはくみっか 3 ngày 2 đêm

035

泳泳 ` ⺀ ⺌ 氵 氵 汀 汷 泳 泳

およ-ぐ

泳ぐ swim
およ　bơi

エイ

水泳 swimming
すいえい bơi lội

036

波波 ` ⺀ ⺌ ⺍ 汇 沪 波 波

なみ

波 wave
なみ sóng

津波 tidal wave
つなみ sóng thần

ハ

電波 signal
でんぱ sóng điện

037 □

泣 泣 | ` | ` | ⟩ | ⟩ | 汁 | 汁 | 汸 | 泣

な-く
泣く　cry
な　　　khóc

キュウ

038 □

油 油 | ` | ` | ⟩ | ⟩ | 汩 | 油 | 油 | 油

あぶら
油　oil
あぶら　dầu

ユ

石油　petroleum
せき ゆ　dầu khí

039 □

治 治 | ` | ` | ⟩ | 汁 | 汾 | 治 | 治 | 治

なお-す　　なお-る　　おさ-める　　おさ-まる
治す　cure　　　治る　be cured
なお　 sửa chữa　 なお　 khỏi bệnh

058 政

チ　ジ

治療　medical treatment
ち りょう　trị liệu

政治　politics　　政治家　politician
せい じ　chính trị　 せい じ か　chính trị gia

46

040 活

`、` `ヽ` `氵` `氵` `氵` `汗` `浒` `活`

カツ

生活 livelihood
せいかつ　cuộc sống

生活費 cost of living
せいかつ ひ　sinh hoạt phí

091 慣
154 費
195 常
314 職

日常生活 daily life
にちじょうせいかつ　cuộc sống thường nhật

生活習慣 lifestyle
せいかつしゅうかん　thói quen sinh hoạt

活動 activity
かつどう　hoạt động

就職活動 job hunting
しゅうしょくかつどう　sự tìm việc làm

活躍 flourishing
かつやく　hoạt động

041 消

`、` `ヽ` `氵` `氵` `氵` `氵'` `氵'` `消`

け-す　き-える

消す erase
け　tắt

取り消す withdraw
と　け　hủy bỏ

消しゴム eraser
け　viên tẩy

消える disappear
き　bị tắt

101 期
102 限
103 防
154 費
294 解
303 的

ショウ

解消 cancellation
かいしょう　xóa bỏ

消費期限 expiration date
しょう ひ き げん　thời hạn sử dụng

消防士 firefighter
しょうぼう し　lính cứu hỏa

消極的 half-hearted
しょうきょくてき　tính tiêu cực

042 酒

`、` `ヽ` `氵` `氵` `氵` `汀` `沔` `洒` `酒`

さけ　さか

酒 alcohol
さけ　rượu

居酒屋 Japanese-style pub
い ざか や　quán rượu

シュ

飲酒 drinking
いんしゅ　uống rượu

飲酒運転 drunk driving
いんしゅうんてん　uống rượu lái xe

日本酒 Japanese rice wine
に ほんしゅ　rượu Nhật

043 流

流 流
済 流

`	ミ	ミ	ジ	浐	浐	浐	浐
済	流						

なが-す　なが-れる

流す shed
なが　cho chảy

流れる flow
なが　trôi đi

リュウ　ル

交流 exchange
こうりゅう　giao lưu

一流 foremost
いちりゅう　bậc nhất

流行 in fashion
りゅうこう　thịnh hành

---

044 済

済 済
涬 涬 済

`	ミ	ミ	ジ	浐	浐	汶	済
涬	涬	済					

す-ます　す-む

済む end
す　xong

139 経

サイ

経済 economy
けいざい　kinh tế

---

045 深

深 深
深 深 深

`	ミ	シ	ジ	汀	汈	深	深
深	深	深					

ふか-い　ふか-める　ふか-まる

深い deep
ふか　sâu

140 組

シン

深夜 late at night
しんや　đêm khuya

深夜番組 late night TV show
しんやばんぐみ　chương trình đêm khuya

	涼	涼	丶	丶	冫	氵	汁	沪	沪	沪	046
			沪	沪	涼						

すず-しい　すず-む

涼しい　cool
すず　　　mát mẻ

リョウ

	温	温	丶	丶	冫	氵	沪	沪	沪	泗	047
			泗	泗	温	温					

あたた-かい　あたた-か　あたた-める　あたた-まる

温かい　warm　　温める　warm　　温まる　get warm
あたた　　ấm áp　　あたた　　làm ấm　　あたた　　được làm ấm

001 化

048 泉

054 暖

オン

温泉　hot spring　　温度　temperature
おんせん　suối nước nóng　　おんど　độ ấm

気温　air temperature　　高温　high temperature
きおん　nhiệt độ　　こうおん　nhiệt độ cao

体温　body temperature　　温暖化　climate change
たいおん　nhiệt độ cơ thể　　おんだんか　nóng lên toàn cầu

	泉	泉	′	′	冖	白	白	宇	身	身	048
			泉								

いずみ

セン

温泉　hot spring　　温泉ツアー　hot spring tour
おんせん　suối nước nóng　　おんせん　　　tour suối nước nóng

047 温

Webドリル

001-048

下記(かき)ウェブサイトにアクセスして、001 ～ 048 の
漢字(かんじ)を復習(ふくしゅう)しましょう。

Access the Website shown below and review kanji 001 to 048.

Hãy kết nối vào trang web sau đây, và luyện tập các chữ Hán có
số từ 001 ～ 048.

PC https://www.ask-books.com/JLPTkanji/N3/1.html

Smartphone

N3漢字
かんじ

049-102

クイズ

かなしい はどう書く？

感しい 悲しい 念しい 恋しい

049 減

減 減

`	⻀	⺡	⺡	沪	沪	汻	沌
沌	減	減	減				

へ-らす　へ-る

減らす decrease
へ　　　làm giảm

減る decrease
へ　　giảm

ゲン

減少 reduction
げんしょう　giảm thiểu

---

050 満

満 満

`	⻀	⺡	汁	汁	芦	洪	洪
満	満	満	満				

み-たす　み-ちる

マン

216 席
274 点

不満 dissatisfaction
ふまん　bất mãn

満足 satisfaction
まんぞく　thỏa mãn

満室 all rooms occupied
まんしつ　hết phòng

満席 all seats occupied
まんせき　hết chỗ

満点 full points
まんてん　điểm tối đa

満員電車 packed train
まんいんでんしゃ　tàu đông đúc

---

051 渡

渡 渡

`	⻀	⺡	沪	汻	沪	沪	沪
沪	沪	渡	渡				

わた-す　わた-る

渡す hand over
わた　　đưa, trao

渡る cross
わた　băng qua

ト

052

港

港	港	丶	冫	氵	汁	汁	汁	泄	沣
		洪	洪	港	港				

みなと

港 port
みなと cảng

コウ

空港 airport
くうこう sân bay

053

冷

冷	冷	丶	冫	冫	仒	公	冷	冷	

つめ-たい ひ-える ひ-や ひ-やす ひ-やかす
さ-ます さ-める

冷たい cold / つめ lạnh
冷える get cold / ひ lạnh đi
冷やす make cool / ひ làm lạnh
冷ます let cool / さ làm nguội
冷める cool off / さ nguội đi

レイ

冷凍 freezer / れいとう đông lạnh
冷房 air-conditioning / れいぼう máy lạnh

054

暖

暖	暖	l	∏	日	日	日'	日´	日˘	日˘˘
		日˘˘	昨	昁	昁	暖			

あたた-かい あたた-か あたた-める あたた-まる

暖かい warm / あたた ấm
暖める make warm / あたた làm ấm
暖まる get warm / あたた ấm lên

ダン

暖房 heater / だんぼう máy sưởi
暖冬 warm winter / だんとう mùa đông không lạnh
温暖化 climate change / おんだんか nóng lên toàn cầu

001 化
047 温

055 晴

		丨	冂	月	日	日⁻	日⁺	日キ	日丰
		日丰	晴	晴	晴				

は-れる　は-らす

晴れる　clear up
は　　　nắng

晴れ　clear weather
は　　quang đãng

素晴らしい　wonderful
す　ば　　　tuyệt vời

セイ

快晴　cloudless weather
かいせい　trời quang mây

---

056 放

		丶	亠	匸	方	扩	扩	放

はな-す　はな-つ　はな-れる　ほう-る

ホウ

242 再

放送　broadcast
ほうそう　phát sóng

生放送　live broadcast
なまほうそう　phát sóng trực tiếp

再放送　rebroadcast
さいほうそう　phát sóng lại

食べ放題　all-you-can-eat
た　ほうだい　ăn buffet

飲み放題　all-you-can-drink
の　ほうだい　uống thoải mái

---

057 故

		一	十	士	古	古	古⁻	故
		故						

ゆえ

コ

117 現

故障　breakdown
こ しょう　hỏng hóc

事故　accident
じ こ　sự cố

交通事故　traffic accident
こうつうじ こ　tai nạn giao thông

事故現場　site of accident
じ こ げんば　hiện trường tai nạn

54

		一	丁	丙	千	正	正	正	政	**058**
政	政	政								

まつりごと

セイ　ショウ

政治 politics
せい じ　chính trị

政治家 politician
せい じ か　chính trị gia

政府 government
せい ふ　chính phủ

039 治
217 府

		丶	⺌	⺍	半	米	米	米	米	**059**
数	数	米	米	米	数	数				

かず　かぞ-える

数 number
かず　con số

数える count
かぞ　đếm

スウ　ス

数学 math
すうがく　số học

数字 number
すう じ　chữ số

数年 many years
すうねん　số năm

人数 population
にんずう　số người

複数 multiple
ふくすう　số nhiều

030 複

		⼁	⼁	己	己'	己¹	改	改		**060**
改	改									

あらた-める　あらた-まる

カイ

改行 new line
かいぎょう　xuống dòng

改札 ticket gate
かいさつ　soát vé

改札口 ticket gate entrance
かいさつぐち　cổng soát vé

自動改札 automatic ticket gate
じ どうかいさつ　soát vé tự động

061 札

55

061 札

札 札 ｜ 一 ナ 才 木 札

ふだ
名札 name tag
な ふだ　bảng tên

060 改

サツ
お札 gratitude　　にせ札 counterfeit paper money
さつ　tờ tiền　　　さつ　tờ tiền giả

改札 ticket gate　　改札口 ticket gate entrance
かいさつ　soát vé　　かいさつぐち　cổng soát vé

自動改札 automatic ticket gate
じ どうかいさつ　soát vé tự động

062 枚

枚 枚 ｜ 一 ナ 才 木 术 杉 杉 枚

マイ
〜枚 ~ sheets
まい　~ tấm

063 相

相 相 ｜ 一 ナ 才 木 机 机 相 相 相

あい
相手 partner　　相変わらず as usual
あい て　đối phương　　あい か　vẫn như mọi khi

126 談
320 当
333 変

ソウ　ショウ
相談 consultation　　相当 considerably
そうだん　thảo luận　　そうとう　mức độ đáng kể

首相 prime minister
しゅしょう　thủ tướng

064

根	根	一	十	才	木	杧	村	杒	柑
		相	根						

ね

根 root
ね rễ

屋根 roof
やね mái nhà

コン

065

格	格	一	十	才	木	栌	柊	柊	柊
		格	格						

カク コウ

合格 passing
ごうかく thi đỗ

不合格 failing
ふごうかく không đạt

性格 personality
せいかく tính cách

資格 qualification
しかく chứng chỉ

089 性
157 資

066

機	機	一	十	才	木	栌	桦	桦	栫
		栬	栬	栨	榊	榉	機	機	機

はた

キ

機会 chance
きかい cơ hội

機嫌 mood
きげん tâm trạng

機械 machine
きかい máy móc

洗濯機 washing machine
せんたくき máy giặt

掃除機 vacuum cleaner
そうじき máy hút bụi

自動販売機 vending machine
じどうはんばいき máy bán hàng tự động

交通機関 transportation facilities
こうつうきかん phương tiện giao thông

067 械
263 関

067 械

械	械	一	十	才	术	术	栌	柝	桝
		栊	械	械					

カイ

機械 machine
きかい máy móc

066 機

068 植

植	植	一	十	才	木	柿	柿	枯	枯
		枯	植	植	植				

う-える　う-わる

植える grow
う trồng

ショク

植物 plant
しょくぶつ thực vật

069 検

検	検	一	十	才	木	栌	栓	栓	栓
		柃	柃	検	検				

ケン

検査 inspection　検査入院 be hospitalized for tests
けんさ kiểm tra　けんさにゅういん nhập viện kiểm tra

070 査

070 査

一	十	才	木	木	杏	杏	査
査							

サ

検査 inspection
けんさ kiểm tra

検査入院 be hospitalized for tests
けんさにゅういん nhập viện kiểm tra

調査 investigation
ちょうさ điều tra

069 検
127 調

071 様

一	十	才	才	栌	栌	栏	栏
栏	样	样	様	様	様		

さま

様々 various
さまざま nhiều dạng

皆様 everyone
みなさま mọi người

お客様 customer
おきゃくさま quý khách

ヨウ

様子 situation
ようす bộ dạng

模様 pattern
もよう hoa văn

188 客
257 皆

072 橋

一	十	才	才	栌	栌	栌	枂
杦	栋	栋	栎	橋	橋	橋	橋

はし

橋 bridge
はし cầu

キョウ

歩道橋 pedestrian bridge
ほどうきょう cầu vượt đi bộ

073 黄

| 一 | 十 | 艹 | 艹 | 艹 | 芦 | 苗 |
| 苗 | 黄 | 黄 | | | | |

き　こ

黄色 yellow
き いろ　màu vàng

黄色い yellow
き いろ　vàng

コウ　オウ

074 横

| 一 | 十 | 才 | 木 | 木 | 柞 | 桙 | 栉 |
| 桙 | 桙 | 楛 | 楛 | 楛 | 横 | 横 | 横 |

よこ

横 horizontal
よこ　ngang

横切る cross
よこ ぎ　băng ngang

287 禁
307 断

オウ

横断 crossing
おうだん　băng qua

横断禁止 no crossing
おうだんきん し　cấm qua đường

横断歩道 crosswalk
おうだん ほ どう　vạch qua đường cho người đi bộ

075 秒

| 一 | 二 | 千 | 禾 | 禾 | 利 | 利 | 秒 |
| 秒 | | | | | | | |

ビョウ

秒 second
びょう　giây

076 移

移 移 ｜ ｀ ｜ ニ ｜ 千 ｜ 壬 ｜ 禾 ｜ 利 ｜ 秒 ｜ 移
移 移 移

うつ-す　うつ-る

移す transfer
うつ　chuyển

移る move
うつ　được chuyển

イ

移動 movement
いどう　di chuyển

移転 relocating
いてん　di dời

移民 immigrant
いみん　di dân

077 税

税 税 ｜ ｀ ｜ ニ ｜ 千 ｜ 壬 ｜ 禾 ｜ 利 ｜ 利' ｜ 利
秒 秒 秒 税

ゼイ

税金 tax
ぜいきん　tiền thuế

消費税 consumption tax
しょうひぜい　thuế tiêu dùng

税込 including tax
ぜいこみ　bao gồm thuế

税抜 not including tax
ぜいぬき　không bao gồm thuế

041 消
154 費
168 込

078 種

種 種 ｜ ｀ ｜ ニ ｜ 千 ｜ 壬 ｜ 禾 ｜ 利 ｜ 利 ｜ 利
秳 秳 秱 種 種 種

たね

種 seed
たね　chủng, hạt

113 類

シュ

種類 variety
しゅるい　chủng loại

079 □

打

| 打 | 打 | 一 | 十 | 扌 | 扩 | 打 | | |

う-つ

打つ to strike　打ち合わせる to discuss
う　 đánh　 う　あ hợp

打ち合わせ preparatory meeting
う　あ cuộc họp

ダ

---

080 □

払

| 払 | 払 | 一 | 十 | 扌 | 払 | 払 | | |

はら-う

払う pay　支払う pay　払い戻す repay
はら trả　し はら thanh toán　はら もど hoàn trả

222 戻
250 支

フツ

---

081 □

折

| 折 | 折 | 一 | 十 | 扌 | 扩 | 扩 | 折 | 折 |

お-る　おり　お-れる

折る break　折れる be broken
お break bẻ　お gãy

セツ

左折 left turn　右折 right turn
させつ queọ trái　うせつ queọ phải

骨折 bone fracture
こっせつ gãy xương

		082

082 技

技 技 | ー ナ 扌 扩 扩 抄 技

わざ

ギ

技術 technology
ぎ じゅつ　kỹ thuật

028 術

083 投

投 投 | ー ナ 扌 扩 抄 投

な-げる

投げる throw
な　　　ném

トウ

084 押

押 押 | ー ナ 扌 扩 扩 押 押 押

お-す　お-さえる

押す push
お　　ấn, đẩy

押し入れ closet
お　い　　tủ âm tường

オウ

085

指	指	一	十	扌	扩	护	指	指	指
		指							

指

ゆび さ-す

指 finger
ゆび ngón tay

指輪 ring
ゆびわ nhẫn

目指す point
めざ nhắm đến

シ

187 定
286 示

指定 aim at
して い chỉ định

指示 instructions
し じ chỉ thị

指導 guidance
し どう chỉ đạo

指導者 leader
し どうしゃ người chỉ đạo

086

授	授	一	十	扌	扩	扩	扩	扩	扩
		护	护	授					

さず-ける さず-かる

ジュ

授業 class
じゅぎょう giờ học

教授 professor
きょうじゅ giáo sư

087

接	接	一	十	扌	扩	扩	扩	护	护
		按	接	接					

つ-ぐ

セツ

241 面
258 直

直接 direct
ちょくせつ trực tiếp

面接 interview
めんせつ phỏng vấn

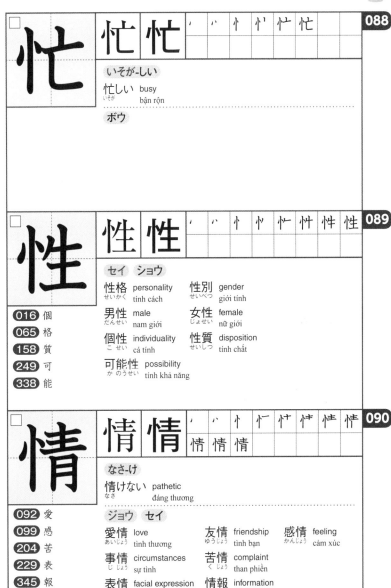

091 慣

慣 慣 | 丶 丶 忄 忄 忄 忄 忄 忄
慣 慣 慣 慣 慣 慣

な-れる　な-らす

慣れる　get used to
な　　　quen

040 活

カン

習慣　habit
しゅうかん　thói quen

生活習慣　lifestyle
せいかつしゅうかん　thói quen sinh hoạt

092 愛

愛 愛 | 丶 丶 丶 丷 丷 丷 丷 愛
愛 愛 愛 夢 愛

アイ

愛する　love
あい　　yêu

090 情
093 恋

恋愛　love
れんあい　tình yêu

愛情　love
あいじょう　tình thương

093 恋

恋 恋 | 丶 一 亢 亣 亣 亦 亦 恋
恋 恋

こい　こい-しい　こ-う

恋　love
こい　thương

恋する　fall in love with
こい　　phải lòng

092 愛

恋人　lover
こいびと　người yêu

恋しい　longed for
こい　　thương nhớ

レン

恋愛　love
れんあい　tình yêu

66

094 残

一 ｢ 歹 歹 歹 残 残 残

のこ-す　のこ-る

残す leave behind　残る remain
のこ　　 để lại　　　のこ　　còn lại

ザン

残念 regrettable　　残業 working overtime
ざんねん đáng tiếc　　ざんぎょう tăng ca

095 念

---

095 念

ノ 人 ㆀ 今 今 念 念 念

ネン

残念 regrettable
ざんねん đáng tiếc

記念 commemoration　記念日 anniversary
きねん ký niệm　　　きねんび ngày kỷ niệm

094 残
120 記

---

096 忘

丶 亠 亡 亡 忘 忘 忘

わす-れる

忘れる forget
わす　　quên

ボウ

忘年会 year-end party
ぼうねんかい tiệc tất niên

097 窓

`	`	宀	宀	空	空	空
空	空	窓				

まど

窓 window / cửa sổ
まど

窓口 point of contact / quầy giao dịch
まどぐち

ソウ

098 悲

ノ	]	ヲ	ヲ	非	非	非
非	悲	悲	悲			

かな-しい かな-しむ

悲しい sad / buồn đau
かな

悲しむ be sad / đau đớn
かな

ヒ

099 感

ノ	厂	厂	厅	后	后	咸	咸
咸	感	感	感	感			

カン

感じる feel / cảm thấy
かん

感心 admiration / cảm phục
かんしん

感謝 gratitude / cảm tạ
かんしゃ

感覚 feeling / cảm giác
かんかく

感想 thoughts / cảm tưởng
かんそう

感激 impression / cảm kích
かんげき

感動 deep emotion / cảm động
かんどう

感情 emotion / cảm xúc
かんじょう

090 情
100 想
193 覚

100 想

一	十	オ	木	村	机	相	相
相	相	想	想	想			

ソウ　ソ

感想 thoughts
かんそう　cảm tưởng

想像 imagination
そうぞう　tưởng tượng

理想 ideal
りそう　lý tưởng

理想的 ideal
りそうてき　mang tính lý tưởng

予想 anticipation
よそう　dự đoán

予想外 unexpected
よそうがい　ngoài dự đoán

099 感
109 予
303 的

---

101 期

一	十	廿	甘	甘	其	其	其
期	期	期	期				

キ　ゴ

期待 expectation
きたい　kỳ vọng

期間 time period
きかん　thời kì

期限 time limit
きげん　thời hạn

消費期限 expiration date
しょうひきげん　thời hạn sử dụng

学期 semester
がっき　học kì

延期 postponement
えんき　trì hoãn

前期 first half-year
ぜんき　kì trước

後期 second half-year
こうき　kì sau

同期 same period
どうき　cùng kì

定期券 commuter pass
ていきけん　vé tháng

041 消
102 限
154 費
187 定
230 券

---

102 限

⁷	⁷	⁷	阝	阝⁷	阝⁷	阝⁷	阝⁷	限
限								

かぎ-る

ゲン

限界 limit
げんかい　giới hạn

制限 restriction
せいげん　hạn chế

人数制限 capacity limit
にんずうせいげん　hạn chế số người

期限 time limit
きげん　thời hạn

有効期限 expiration date
ゆうこうきげん　thời hạn có hiệu lực

059 数
101 期
166 制
234 効

Webドリル

049-102

下記ウェブサイトにアクセスして、049 〜 102 の
漢字（かんじ）を復習（ふくしゅう）しましょう。

Access the Website shown below and review kanji 049 to 102.

Hãy kết nối vào trang web sau đây, và luyện tập các chữ Hán có
số từ 049 〜 102.

PC https://www.ask-books.com/JLPTkanji/N3/2.html

Smartphone

N3 漢字
かんじ

103-150

クイズ

細い はどう読む？

ふとい とおい ほそい ながい

103

⁊	⻖	阝	阝'	阝-	防	防		

ふせ-ぐ

防ぐ prevent
ふせ　phòng, ngừa

041 消
109 予

ボウ

防止 prevention
ぼうし　phòng chống

予防 precaution
よぼう　phòng ngừa

消防車 firetruck
しょうぼうしゃ　xe cứu hỏa

消防士 firefighter
しょうぼうし　lính cứu hỏa

104

⁊	⻖	阝	阝'	阝⁻	阧	隆	降
隆	降						

ふ-る　お-りる　お-ろす

降る precipitate
ふ　rơi, đổ

降りる descend
お　xuống

コウ

以降 hereafter
いこう　sau đó

105

⁊	⻖	阝	阝⁻	阝ⵑ	阝比'	阝比	階
阼	階	階	階				

カイ

～階 ~ floor
かい　tầng~

階段 stairway
かいだん　cầu thang

106 段

106 段

ダン

| 階段 | stairway |
| かいだん | cầu thang |

| 手段 | means |
| しゅだん | cách thức |

| 値段 | price |
| ねだん | giá cả |

| 段ボール | cardboard |
| だん | thùng các-tông |

| 普段 | usual |
| ふだん | bình thường |

011 値
105 階
256 普

筆順: ノ イ イ チ チ チ 卢 段

---

107 際

きわ

サイ

| 実際 | actuality |
| じっさい | thực tế |

| 国際 | international |
| こくさい | quốc tế |

| 国際的 | international |
| こくさいてき | mang tính quốc tế |

| 交際 | association |
| こうさい | giao du |

| 国際社会 | international community |
| こくさいしゃかい | cộng đồng quốc tế |

| 国際化 | globalization |
| こくさいか | quốc tế hóa |

001 化
186 実
303 的

筆順: ³ ³ ß ß ß ß ß ß ß 際 際 際 際 際

---

108 郵

ユウ

| 郵送 | mailing |
| ゆうそう | gửi bưu điện |

| 郵便 | mail service |
| ゆうびん | chuyển phát, bưu phẩm |

| 郵便局 | post office |
| ゆうびんきょく | bưu điện |

224 局

筆順: ノ 二 三 チ 垂 垂 垂 垂 郵 郵

109 予

予 予 | フ マ 孑 予

ヨ

予定	plan	予約	reservation	予想	anticipation
よてい	dự định	よやく	đặt chỗ	よそう	dự đoán
予算	budget	予習	study preparation	予防	precaution
よさん	dự toán	よしゅう	chuẩn bị bài mới	よぼう	phòng ngừa
予報	forecast	天気予報	weather forecast		
よほう	dự báo	てんきよほう	dự báo thời tiết		

- **100** 想
- **103** 防
- **136** 約
- **187** 定
- **199** 算
- **345** 報

110 預

預 預 | フ マ 孑 予 予 予 秆 秆 秆 預 預 預 預 預

あず-ける　あず-かる

| 預ける | entrust | 預かる | be entrusted |
| あず | gửi, nhờ ai giữ giùm | あず | trông nom, giữ giùm |

ヨ

| 預金 | savings | 預金通帳 | bankbook |
| よきん | tiền gửi | よきんつうちょう | sổ tiết kiệm |

111 原

原 原 | 一 厂 厂 厂 厃 庐 盾 原 原 原

はら

ゲン

| 原因 | cause | 原料 | raw materials |
| げんいん | nguyên nhân | げんりょう | nguyên liệu |

- **244** 因

112 願

厂	厂	厃	斦	斦	居	原	原
原	原	原	原	原	原	願	願

ねが-う

願う wish
ねが　cầu nguyện

願い wish
ねが　mong ước, yêu cầu

ガン

113 類

丶	丷	丷	半	米	米	米	米
米	类	类	类	籿	類	類	類

たぐ-い

ルイ

078 種

書類 document
しょるい　hồ sơ

種類 variety
しゅるい　chủng loại

人類 humanity
じんるい　nhân loại

親類 relative
しんるい　thân nhân

分類 classification
ぶんるい　phân loại

114 夫

一	二	夫	夫				

おっと

夫 husband
おっと　chồng

150 婦
151 妻

フ　フウ

丈夫 durable
じょうぶ　chắc chắn, bền

夫妻 married couple
ふさい　vợ chồng

夫婦 married couple
ふうふ　vợ chồng

工夫 devising
くふう　công sức

75

115 規

規 規 | 一 | 二 | 扌 | 夫 | 扫 | 扣 | 扣 | 妍
| 妍 | 妍 | 規 | | | | |

キ

規則	regulation	不規則	irregularity
き そく	quy tắc	ふ き そく	bất qui tắc
新規	new	定規	ruler
しん き	mới	じょう ぎ	thước đo

163 則
187 定

116 観

観 観 | ノ | ⺍ | ⺊ | ク | 午 | 牟 | 缶 | 希
| 希 | 崔 | 崔 | 奞 | 雚 | 奲 | 観 |

カン

観客	spectator	観光	sightseeing
かんきゃく	quan khách	かんこう	du lịch
観光客	tourist	観光地	tourist attraction
かんこうきゃく	khách du lịch	かんこう ち	địa điểm du lịch
主観的	subjective	客観的	objective
しゅかんてき	tính chủ quan	きゃっかんてき	tính khách quan
観察	observation		
かんさつ	quan sát		

188 客
303 的

117 現

現 現 | 一 | T | 干 | 王 | 刵 | 刵 | 玥 | 玥
| 玥 | 玥 | 現 | | | | |

あらわ-す　あらわ-れる

| 現す | represent | 現れる | appear |
| あらわ | xuất hiện | あらわ | hiện ra |

ゲン

現在	present	現代	modern era	現金	cash
げんざい	hiện tại	げんだい	hiện đại	げんきん	hiện kim
現実	reality	現場	actual site	表現	expression
げんじつ	hiện thực	げん ば	hiện trường	ひょうげん	biểu hiện

186 実
229 表
344 在

118 球

一	一	二	王	王	廿	廿	対
球	球	球					

たま

キュウ

地球 earth
ち きゅう　trái đất

電球 light bulb
でんきゅう　bóng đèn

野球 baseball
や きゅう　bóng chày

北半球 northern hemisphere
きたはんきゅう　bán cầu Bắc

南半球 southern hemisphere
みなみはんきゅう　bán cầu Nam

119 増

一	十	土	土	圵	圵	圹	増
増	増	増	増	増	増		

ふ-やす　ふ-える　ま-す

増やす increase
ふ　　　làm cho tăng

増える be increased
ふ　　　tăng lên

232 加

ゾウ

増加 increase
ぞう か　tăng gia

120 記

丶	亠	二	言	言	言	言	訂
訂	記						

しる-す

キ

095 念

記録 record
き ろく　ký lục

記念 commemoration
き ねん　kỷ niệm

記入 filling out
き にゅう　điền vào

暗記 memorization
あん き　ghi nhớ

記憶 memory
き おく　ký ức

記者 reporter
き しゃ　ký giả

記事 article
き じ　ký sự

日記 journal
にっき　nhật ký

121 設

設 設	丶	㇉	㇉	㇉	㇉	㇉	㇉
訳 設 設							

もう-ける

セツ

187 定

建設 construction
けんせつ xây dựng

設定 establishment
せってい cài đặt

122 訪

訪 訪	丶	㇉	㇉	㇉	㇉	㇉	㇉
訂 訪 訪							

たず-ねる　おとず-れる

訪ねる visit
たず　　　thăm

ホウ

訪問 visit
ほうもん viếng thăm

123 評

評 評	丶	㇉	㇉	㇉	㇉	㇉	㇉
訂 訊 評 評							

ヒョウ

評判 reputation
ひょうばん bình phẩm

評価 rating
ひょうか đánh giá

好評 favorable reception
こうひょう nhận xét tốt

010 価
164 判

124 証

`	二	三	言	言	言	言
訂	訂	証	証			

証 証

ショウ

証明 proof
しょうめい　chứng minh

証明書 certificate
しょうめいしょ　giấy chứng nhận

保証 guarantee
ほしょう　bảo hành

保証書 warranty
ほしょうしょ　giấy bảo hành

保険証 insurance card
ほけんしょう　thẻ bảo hiểm

暗証番号 PIN
あんしょうばんごう　mật mã

012 保

125 誌

`	二	三	言	言	言	言
訂	訂	誌	誌	誌	誌	

誌 誌

シ

雑誌 magazine
ざっし　tạp chí

古雑誌 old magazine
ふるざっし　tạp chí cũ

週刊誌 weekly publication
しゅうかんし　tạp chí hàng tuần

月刊誌 monthly publication
げっかんし　tạp chí hàng tháng

298 雑

126 談

`	二	三	言	言	言	言
言`	訥	談	談	談	談	談

談 談

ダン

相談 consultation
そうだん　thảo luận

冗談 joke
じょうだん　nói đùa

063 相

127 調

、	ー	ニ	三	言	言	言	訂
訂	訊	訊	訊	調	調	調	

しら-べる　ととの-える　ととの-う

調べる　research
しら　　　tìm hiểu

070 査

チョウ

調査　investigation
ちょうさ　điều tra

調整　adjustment
ちょうせい　điều chỉnh

調子　condition
ちょう し　tình trạng

体調　state of health
たいちょう　thể trạng

順調　favorable
じゅんちょう　trôi chảy

調味料　seasoning
ちょう み りょう　gia vị

128 課

、	ー	ニ	三	言	言	言	訶
訂	訊	訊	課	評	課	課	

カ

課長　section manager
か ちょう　trưởng phòng

日課　daily routine
にっ か　việc làm hàng ngày

129 論

、	ー	ニ	三	言	言	言	訟
訟	論	訟	諭	論	論	論	

ロン

論文　essay
ろんぶん　luận văn

卒業論文　graduation thesis
そつぎょうろんぶん　luận văn tốt nghiệp

148 結

328 卒

結論　conclusion
けつろん　kết luận

130 議

		、	ン	言	言	言	言	詳	詳
		詳	詳	詳	詳	詳	議	議	議

ギ

会議 meeting　会議室 meeting room
かいぎ　hội nghị　かいぎしつ　phòng họp

不思議 miraculous
ふしぎ　kỳ lạ

131 各

		ノ	ク	㇇	夂	各	各		

おのおの

カク

各〜 each 〜　各地 every place
かく　các 〜　かくち　các nơi

132 路

		丶	ロ	ロ	㇟	足	足	足	足'
		跆	趵	趵	路	路			

じ

ロ

145 線
175 速

通路 passage　線路 railway track
つうろ　lối đi　せんろ　đường ray

道路 road　高速道路 highway
どうろ　con đường　こうそくどうろ　đường cao tốc

進路 path, course
しんろ　con đường định hướng

81

133 糸

く	幺	幺	乡	弁	糸		

いと
糸 thread
いと　sợi chỉ

シ

134 絡

し	幺	幺	乡	糸	糸	糸	紁
終	終	絡	絡				

から-む　から-める　から-まる

ラク

連絡 contact
れんらく　liên lạc

連絡先 contact information
れんらくさき　nơi liên lạc

135 級

く	幺	幺	乡	糸	糸	紁	級
級							

キュウ

高級 high class
こうきゅう　cao cấp

高級ブランド luxury brand
こうきゅう　thương hiệu cao cấp

同級生 classmate
どうきゅうせい　bạn đồng niên

136 約

約 約 | く ち 幺 糸 糸 糸 糹 約
約

ヤク

約 approximately
やく　khoảng

約束 promise
やくそく　hứa

予約 reservation
よやく　đặt trước

婚約 engagement
こんやく　hôn ước

婚約者 fiancé(e)
こんやくしゃ　người hôn ước

節約 economizing
せつやく　tiết kiệm

109 予
137 束
149 婚

137 束

束 束 | 一 ｢ ｢ ｢ 申 申 束

たば

ソク

約束 promise
やくそく　hứa

136 約

138 細

細 細 | く ち 幺 糸 糸 糸 糸 糸
糸 細 細

ほそ-い　こま-かい　こま-か　ほそ-る

細い thin
ほそ　hẹp

細かい fine
こま　tỉ mỉ, nhỏ nhặt

サイ

139 経

く	ㅌ	幺	牟	糸	糸	紅	叙
叙	経	経					

へ-る

ケイ **キョウ**

経済 economy
けいざい kinh tế

経験 experience
けいけん kinh nghiệm

経営 management
けいえい kinh doanh

経由 going via
けいゆ quá cảnh

044 済
192 営
243 由

140 組

く	ㅌ	幺	牟	糸	糸	糸	紅
紅	絹	組					

く-む くみ

組む put together
く ghép

組み立てる assemble
く た lắp ráp

番組 (TV) program
ばんぐみ chương trình

深夜番組 late night TV show
しんやばんぐみ chương trình đêm khuya

045 深

ソ

141 絵

く	ㅌ	幺	牟	糸	糸	紅	給
給	絵	絵	絵				

エ カイ

絵 picture
え bức tranh

絵はがき picture postcard
え thiệp tranh

絵本 picture book
え ほん truyện tranh

絵画 painting
かいが hội họa

142 給

⟨	ㄠ	ㄠ	ㅅ	糸	糸	糹	糸⌐
糹	給	給	給				

キュウ

給料 salary
きゅうりょう lương

時給 hour wage
じ きゅう lương theo giờ

支給 provision
し きゅう chi cấp

給食 lunch service
きゅうしょく cơm suất

250 支

143 続

⟨	ㄠ	ㄠ	ㅅ	糸	糸	糸⌐	糸⊥
糸⌐	結	続	続	続			

つづ-ける **つづ-く**

続ける continue
つづ tiếp tục

続く be continued
つづ liên tục

手続き proceedings
て つづ thủ tục

ゾク

144 練

⟨	ㄠ	ㄠ	ㅅ	糸	糸	糸⌐	糸⌐
糹	糹	紳	紳	練	練		

ね-る

レン

練習 practice
れんしゅう luyện tập

訓練 training
くんれん huấn luyện

145

く	乡	幺	爭	糸	糸	糸′	糸″
約	紳	紳	綧	綧	線	線	

線 線

セン

線 line
せん　tuyến

下線 underline
か せん　gạch chân

132 路

線路 railway track
せん ろ　đường ray

新幹線 bullet train
しんかんせん　tàu siêu tốc

146

く	乡	幺	爭	糸	糸	紹	紹
紹	紹	紹					

紹 紹

ショウ

紹介 introduction
しょうかい　giới thiệu

自己紹介 self-introduction
じ こ しょうかい　giới thiệu bản thân

147 介

147

ノ	人	介	介				

介 介

カイ

紹介 introduction
しょうかい　giới thiệu

自己紹介 self-introduction
じ こ しょうかい　giới thiệu bản thân

146 紹

148 結

		く	ㄠ	ㄠ	幺	糸	糸	糸	糸十
結	結	紶	紶	結	結				

むす-ぶ　ゆ-う　ゆ-わえる

結ぶ　tie
むす　　kết, nối

ケツ

129 論
149 婚
224 局
284 果
321 式

結婚　marriage　　　　結婚式　wedding
けっこん　kết hôn　　　けっこんしき　lễ kết hôn

結論　conclusion　結局　ultimately　結果　result
けつろん　kết luận　けっきょく　kết cục　けっか　kết quả

149 婚

		く	ㄠ	女	女	妇	妒	婚	婚
婚	婚	婚	婚	婚					

コン

136 約
148 結
321 式

結婚　marriage　　　　結婚式　wedding
けっこん　kết hôn　　　けっこんしき　lễ kết hôn

婚約　engagement　　婚約者　fiancé(e)
こんやく　hôn ước　　　こんやくしゃ　người hôn ước

既婚　married　　　　離婚　divorce
きこん　đã kết hôn　　りこん　ly hôn

150 婦

		く	ㄠ	女	女	妇	妒	妒	婦
婦	婦	婦	婦	婦					

フ

114 夫
228 産

夫婦　married couple
ふうふ　vợ chồng

主婦　housewife　　　専業主婦　full-time housewife
しゅふ　nội trợ　　　せんぎょうしゅふ　nội trợ toàn thời gian

産婦人科　OB-GYN
さんふじんか　khoa phụ sản

Webドリル

103-150

下記ウェブサイトにアクセスして、103 ～ 150 の
漢字を復習しましょう。

Access the Website shown below and review kanji 103 to 150.

Hãy kết nối vào trang web sau đây, và luyện tập các chữ Hán có
số từ 103 ～ 150.

PC https://www.ask-books.com/JLPTkanji/N3/3.html

Smartphone

N3漢字
かんじ
151-198

クイズ

えいぎょう はどう書く?

労業　営業　常業　覚業

151 ☐

妻

妻 妻 | 一 | ラ | ラ | ヨ | 亖 | 妻 | 妻 | 妻

114 夫

つま
妻 wife
つま vợ

サイ
夫妻 couple
ふ さい vợ chồng

152 ☐

貝

貝 貝 | 丨 | 冂 | 冂 | 月 | 目 | 貝 | 貝

かい
貝 shellfish
かい con sò

153 ☐

責

責 責 | 一 | 十 | 丰 | 圭 | 丰 | 青 | 青 | 青
　　　| 青 | 青 | 責

004 任
275 無

せ-める

セキ

責任 responsibility 　 無責任 irresponsible
せきにん trách nhiệm 　 む せきにん vô trách nhiệm

責任者 person in charge
せきにんしゃ người chịu trách nhiệm

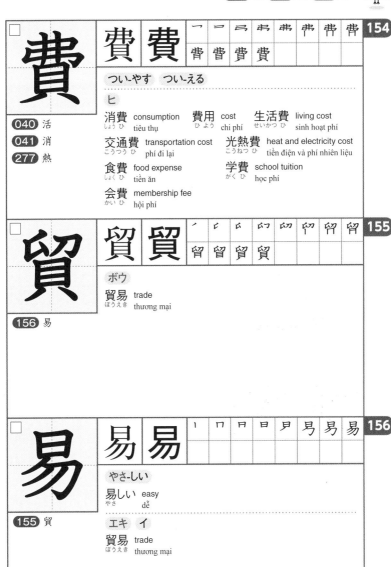

154 費

一	二	三	弗	弗	弗	弗	費
費	費	費	費				

つい‐やす　つい‐える

ヒ

消費	consumption	費用	cost	生活費	living cost
しょう ひ	tiêu thụ	ひ よう	chi phí	せいかつ ひ	sinh hoạt phí

交通費	transportation cost	光熱費	heat and electricity cost
こうつう ひ	phí đi lại	こうねつ ひ	tiền điện và phí nhiên liệu

食費	food expense	学費	school tuition
しょく ひ	tiền ăn	がく ひ	học phí

会費	membership fee
かい ひ	hội phí

040 活
041 消
277 熱

---

155 貿

ノ	ヒ	㇉	卯	卯	卯	卯	留
留	貿	貿	貿				

ボウ

貿易	trade
ぼうえき	thương mại

156 易

---

156 易

丿	冂	日	日	尸	号	易	易

やさ‐しい

易しい	easy
やさ	dễ

155 貿

エキ　イ

貿易	trade
ぼうえき	thương mại

157 資

、	゙	゙ン	汇	沪	次	次	咨
咨	咨	資	資	資			

シ

資料 materials
しりょう tài liệu

資格 qualification
しかく chứng chỉ

資源 resource
しげん tài nguyên

資源ごみ recyclable waste
しげん rác tái chế

065 格

158 質

´	ㇿ	㇥	斤	斤′	斤′′	斤广	斤斤
斤斤	斤斤	斤斤	質	質	質	質	

シツ　シチ　チ

質問 question
しつもん câu hỏi

性質 disposition
せいしつ tính chất

品質 quality
ひんしつ chất lượng

089 性

159 失

ノ	┕	二	生	失			

うしな-う

失う lose
うしな mất

160 敗
301 礼

シツ

失礼 discourtesy
しつれい thất lễ

失敗 failure
しっぱい thất bại

失業 unemployment
しつぎょう thất nghiệp

160

敗	敗	l	冂	冃	目	目	目	貝	貝'
		貯	敗	敗					

やぶ-れる

ハイ

159 失

失敗　failure
しっぱい　thất bại

161

財	財	l	冂	冃	目	目	目	貝	貝一
		貯	財						

サイ　ザイ

228 産

財布　wallet
さい ふ　cái ví

財産　property
ざいさん　tài sản

162

貯	貯	l	冂	冃	目	目	目	貝	貝'
		貝'	貯	貯	貯				

チョ

貯金　savings
ちょきん　tiền tiết kiệm

貯金箱　savings box
ちょきんばこ　hộp tiết kiệm

貯金通帳　bank book
ちょきんつうちょう　sổ tiết kiệm

163 則

則	則	丨	冂	月	月	目	貝	貝	則
則									

ソク

規則 rule
き そく quy tắc

不規則 irregular
ふ き そく bất quy tắc

115 規

校則 school rules
こうそく nội quy trường học

164 判

判	判	丶	丷	亠	半	半	判	判

ハン　バン

判子 personal seal
はん こ con dấu

123 評

307 断

判断 judgment
はんだん phán đoán

評判 reputation
ひょうばん bình phẩm

165 割

割	割	丶	宀	宀	宀	中	宇	宔	害
害	害	害	割						

わ-る　わり　わ-れる　さ-く

割る divide
わ chia

026 役

199 算

割引 discount
わりびき giảm giá

割合 ratio
わりあい tỷ lệ

役割 role
やくわり vai trò

割り勘 splitting the cost
わ かん chia tiền để trả

割り算 division
わ ざん phép chia

割れる break
わ bể, nứt

カツ

94

166

| ノ | ⲗ | ⲗ | 乍 | 缶 | 制 | 制 | |

制 制

セイ

制作 production
せいさく　chế tác

制度 system
せいど　chế độ

制限 limit
せいげん　hạn chế

人数制限 capacity
にんずうせいげん　hạn chế số người

速度制限 speed limit
そくどせいげん　hạn chế tốc độ

059 数
102 限
175 速

167

| ノ | ⲗ | ⲗ | 乍 | 缶 | 制 | 制 | |
| 制 | 制 | 製 | 製 | 製 | 製 | | |

製 製

セイ

製造 manufacturing
せいぞう　chế tạo

〜製 made in 〜
せい　hàng 〜

製品 product
せいひん　sản phẩm

乳製品 dairy product
にゅうせいひん　sản phẩm từ sữa

電気製品 electronic product
でんきせいひん　sản phẩm điện

174 造

168

| ノ | 入 | 込 | 込 | 込 | | | |

込 込

こ-める　こ-む

込める include
こ　chứa đựng

込む be included
こ　đông đúc

振り込む make bank transfer
ふこ　chuyển khoản

飛び込む jump in
とこ　lao mình vào

落ち込む be depressed
おこ　suy sụp

申し込む apply
もうこ　đăng ký

申込書 application form
もうしこみしょ　phiếu đăng ký

税込 tax
ぜいこみ　bao gồm thuế

077 税
208 落
288 申
334 飛

169 辺

辺 辺 | フ 刀 刀 辺 辺

あた-り　べ

辺り　surroundings
あた　　vùng lân cận

ヘン

---

170 迎

迎 迎 | ´ ｉ 卬 卬 ˙卬 迎 迎

むか-える

迎える　approach
むか　　đón

出迎える　welcome
で むか　　đi đón

ゲイ

歓迎　reception
かんげい　hoan nghênh

歓迎会　welcoming party
かんげいかい　tiệc chào mừng

---

171 逃

逃 逃 | 丿 ノ ᅔ 北 北 兆 ˙兆 逃
逃

に-がす　に-げる　のが-す　のが-れる

逃げる　run away
に　　trốn chạy

トウ

172

追	追	ノ	イ	戸	戸	自	自	自	追
		追							

お-う

追う pursue
お　　đuổi

追い越す overtake
お　こ　　chạy vượt lên

追いかける run after
お　　　　　đuổi theo

追いつく catch up with
お　　　　đuổi kịp

ツイ

追加 addition
つい か　　thêm vào

182 越
232 加

173

退	退	コ	ヨ	ヨ	艮	艮	艮	艮	退
		退							

しりぞ-ける　しりぞ-く

タイ

早退 leaving early
そうたい　　về sớm

引退 retirement
いんたい　　rút lui

退院 leaving hospital
たいいん　　ra viện

退学 dropping out of school
たいがく　　bỏ học

退職 resignation
たいしょく　　bỏ việc

退屈 boredom
たいくつ　　chán ngắt

314 職

174

造	造	ノ	丿	屮	生	牛	告	告	告
		浩	造						

つく-る

ゾウ

製造 manufacturing
せいぞう　　chế tạo

木造 wooden
もくぞう　　làm bằng gỗ

167 製

175 □

速 速 | ｜ 一 丆 冂 肀 束 束 涑
速 速

| はや-い | はや-める | はや-まる | すみ-やか |

速い fast
はや nhanh

132 路

ソク

速度 speed
そくど tốc độ

時速 speed per hour
じそく vận tốc

快速 high speed
かいそく siêu tốc

高速道路 highway
こうそくどうろ đường cao tốc

---

176 □

連 連 | 一 丆 冂 肀 亘 車 車
連 連

| つ-れる | つら-ねる | つら-なる |

連れる bring someone along
つ dẫn

連れて来る bring someone
つ く dẫn đến

連れて行く take someone
つ い dẫn đi

134 絡

レン

連絡 contact
れんらく liên lạc

連絡先 contact address
れんらくさき nơi liên lạc

連休 consecutive holidays
れんきゅう nghỉ dài ngày

---

177 □

遅 遅 | 一 コ 尸 尸 尸 屖 屋
犀 犀 遅 遅

| おそ-い | おく-らす | おく-れる |

遅い slow 遅れる be late
おそ chậm おく trễ

チ

遅刻 lateness
ちこく trễ giờ

178

過	過	丶	冂	冎	冎	咼	呙	呙	咼
		咼	冯	過	過				

す-ごす　す-ぎる　あやま-つ　あやま-ち

過ごす pass
す　　　trải qua

過ぎる exceed
す　　　quá

カ

過去 past
か こ　quá khứ

通過 passing through
つう か　đi qua, thông qua

179

遊	遊	丶	亠	方	方	扩	扩	斿	斿
		斿	斿	遊	遊				

あそ-ぶ

遊ぶ play
あそ　chơi

ユウ　ユ

遊園地 amusement park
ゆうえん ち　khu vui chơi giải trí

180

違

違	違	丶	九	圭	产	串	吾	亖	章
		音	韋	韋	違	違			

ちが-える　ちが-う

間違える make a mistake
ま ちが　nhầm lẫn

違う be wrong
ちが　khác

違い difference
ちが　sự khác nhau

間違う be incorrect
ま ちが　nhầm

間違い mistake
ま ちが　sự nhầm lẫn

349 反

イ

違反 violation
い はん　vi phạm

駐車違反 parking violation
ちゅうしゃ い はん　vi phạm đỗ xe

181

選

選	選	ー	フ	ㄹ	ㄹ	ㄹ²	ㄹㄹ	ㄹㄹ
		巽	巽	巽	巽	`巽	選	選

えら-ぶ

選ぶ　choose
えら　　chọn

- - - - - - - - - -

セン

選択　choice　　　　　選択肢　multiple choice
せんたく　chọn lựa　　　せんたくし　sự lựa chọn

選手　athlete
せんしゅ　tuyển thủ

182

越

越	越	一	十	土	キ	キ	丰	走	走
		赸	越	越	越				

172 追

こ-す　こ-える

引っ越す　change residence　　引っ越し　moving
ひ　こ　chuyển nhà　　　　　ひ　こ　việc chuyển nhà

乗り越す　overshoot　　　　追い越す　pass
の　こ　đi quá trạm　　　　お　こ　chạy vượt lên

越える　go past
こ　vượt qua

- - - - - - - - - -

エツ

183

宅

宅	宅	`	⼍	宀	宁	宅	宅		

タク

お宅　your home　　　　　自宅　one's home
たく　nhà của người khác　　じたく　nhà của mình

306 配

帰宅　returning home　　　宅配便　home delivery
きたく　về nhà　　　　　　たくはいびん　chuyển phát tận nhà

184

守 守 ｜ 丶 丷 宀 宀 守 守

まも-る　もり

守る protect
まも　　giữ

270 留

シュ　ス

留守 being away from home
る す　đi vắng

185

完 完 ｜ 丶 丷 宀 宀 宇 完

カン

完成 completion　　完了 completion
かんせい　hoàn thành　　かんりょう　hoàn tất

322 成

完璧 perfect　　　　不完全 imperfect
かんぺき　hoàn hảo　　ふ かんぜん　bất toàn

186

実 実 ｜ 丶 丷 宀 宀 宯 宝 実

み　みの-る

ジツ

107 際

実は actually　　実際 actuality　　実験 experiment
じつ　thật ra thì　　じっさい　thực tế　　じっけん　thực nghiệm

312 確

実力 actual ability　事実 fact　　確実 certainty
じつりょく　thực lực　じ じつ　sự thật　かくじつ　xác thực

101

187 定

| ｀ | ｀ | 宀 | 宀 | 宇 | 宇 | 定 | 定 |

定 定

さだ-める　さだ-まる　さだ-か

テイ　ジョウ

085 指
109 予
115 規

予定 plans
よてい　dự định

否定 negation
ひてい　phủ định

定規 ruler
じょうぎ　thước đo

指定 designation
してい　chỉ định

肯定 affirmation
こうてい　khẳng định

仮定 supposition
かてい　giả định

188 客

| ｀ | ｀ | 宀 | 宀 | 安 | 安 | 客 | 客 |

客 客
客

キャク　カク

116 観
216 席
303 的

客 customer
きゃく　khách

観光客 tourist
かんこうきゃく　khách du lịch

客観的 objective
きゃっかんてき　tính khách quan

観客 spectator
かんきゃく　quan khách

乗客 passenger
じょうきゃく　hành khách

客席 guest seating
きゃくせき　ghế khán giả

189 容

| ｀ | ｀ | 宀 | 宀 | 穴 | 宏 | 容 | 容 |

容 容
容 容

ヨウ

238 内
278 器
304 師
332 美

内容 content
ないよう　nội dung

美容院 beauty salon
びよういん　thẩm mỹ viện

容器 container
ようき　đồ đựng

美容師 hairdresser
びようし　thợ làm tóc

			`	`	`	宀	宀	宀	宀	宀	**190**

宿 宿
宿 宿 宿

やど　やど-す　やど-る

シュク

宿題　homework
しゅくだい　bài tập về nhà

宿泊　lodging
しゅくはく　lưu trú

034 泊

労 労

		`	`	`	`	`	学	労	**191**

ロウ

労働　manual labor
ろうどう　lao động

労働者　laborer
ろうどうしゃ　người lao động

苦労　hardship
くろう　gian khổ

204 苦

営 営

	`	`	`	`	学	学	学	営	**192**
学	学	営	営						

いとな-む

エイ

営業　business operations
えいぎょう　doanh nghiệp

経営　management
けいえい　kinh doanh

139 経

103

193 ☐ 覚

覚	覚	丶	⺌	⺌	⺍	⺍	⺍	⺍	覚
		覚	覚	覚	覚				

おぼ-える さ-ます さ-める

覚える memorize
おぼ nhớ

覚ます awaken
さ đánh thức dậy

覚める wake up
さ thức dậy

目覚める awaken
め ざ tỉnh giấc

カク

感覚 sensation
かんかく cảm giác

099 感

---

194 ☐ 非

非	非	ノ	⺆	∃	∃	∃	非	非	非

ヒ

非常に extremely
ひ じょう cực kỳ

非常口 emergency exit
ひ じょうぐち cửa thoát hiểm

非常時 emergency
ひ じょうじ lúc khẩn cấp

非日常 the unexpected
ひ にちじょう bất bình thường

非常識 thoughtlessness
ひ じょうしき vô ý thức

非公開 private
ひ こうかい không công khai

非公式 unofficial, informal
ひ こうしき không chính thức

195 常
321 式

---

195 ☐ 常

常	常	⼀	⺌	⺌	⺍	⺍	常	常	常
		常	常	常					

つね とこ

常に constantly
つね luôn luôn

194 非

ジョウ

非常に extremely
ひ じょう cực kỳ

日常 daily
にちじょう thường nhật

通常 regular
つうじょう thông thường

正常 normalcy
せいじょう bình thường

異常 abnormality
い じょう bất thường

常識 common sense
じょうしき thường thức

			堂	堂	ヽ	｀	ⅥⅥ	ⅥⅥ	屵	屵	営	営	**196**
					堂	堂	堂						

ドウ

食堂 cafeteria
しょくどう　nhà ăn

			笑	笑	ノ	�ト	⼂	⼂	⼂	⼂	⼂	笁	**197**
					笑	笑							

わら-う　え-む

笑う laugh　笑い声 laughter　笑顔 smiling face
わら　cười　　わら　ごえ tiếng cười　え がお gương mặt tươi cười

ショウ

			第	第	ノ	⼂	⼂	⼂	⼂	⼂	⼂	笁	**198**
					笁	第	第						

ダイ

第～ first ～　第一印象 first impression
だい　thứ ～　　だいいちいんしょう ấn tượng đầu tiên

次第に in order
し だい　dần dần

Webドリル

151-198

下記ウェブサイトにアクセスして、151 ～ 198 の
漢字を復習しましょう。

Access the Website shown below and review kanji 151 to 198.

Hãy kết nối vào trang web sau đây, và luyện tập các chữ Hán có
số từ 151 ～ 198.

PC https://www.ask-books.com/JLPTkanji/N3/4.html

Smartphone

N3漢字
かんじ

199-252

クイズ

家庭 はどう読む?

いえてい　いえにわ　かちょう　かてい

199

算	算	ノ	ト	ベ	ベ	ベ	ベ	ベ	竹
		笪	笪	笪	筲	算	算		

サン

予算 budget
よ さん　dự toán

計算 calculation
けいさん　tính toán

足し算 addition
た さん　phép cộng

かけ算 multiplication
さん　phép nhân

精算 fare adjustment
せいさん　thanh toán

算数 arithmetic
さんすう　môn toán

引き算 subtraction
ひ さん　phép trừ

割り算 division
わ さん　phép chia

059 数
109 予
165 割

200

管	管	ノ	ト	ベ	ベ	ベ	ベ	ベ	ベ
		笁	笁	笁	竿	管	管		

くだ

カン

管理 management
かん り　quản lý

管理人 manager
かん り にん　người quản lý

201

簡	簡	ノ	ト	ベ	ベ	ベ	ベ	ベ	ベ
		笆	笆	筲	筲	筲	筲	簡	簡

カン

簡単 simple
かんたん　dễ

202 単

☐ 単

202

単 単 | ` ｀ ｀` `丷` `肖` `肖` `肖` `単`

タン

簡単 simple
かんたん dễ

単純 simple
たんじゅん đơn giản

単語 vocabulary
たん ご từ đơn

201 簡

☐ 芸

203

芸 芸 | 一 十 サ 艹 芏 芸 芸

ゲイ

芸術 the arts
げいじゅつ nghệ thuật

芸術家 artist
げいじゅつ か nghệ thuật gia

028 術

☐ 苦

204

苦 苦 | 一 十 サ 艹 艼 苎 苦 苦

くる-しい くる-しめる くる-しむ にが-い にが-る

苦しい tough
くる cực khổ, đắng cay

苦しむ suffer
くる đau đớn

苦い bitter
にが đắng

苦手 inaptness
にが て kém, không hợp

ク

苦労 hardship
く ろう khổ sở

苦情 complaint
く じょう than phiền

090 情
191 労

109

205

若	若	一	十	艹	艹	若	若	若	若

わか-い　も-しくは

若い young
わか　　trẻ

若者 young people
わかもの　người trẻ

ジャク　ニャク

206

草	草	一	十	艹	艹	艹	苩	苩	艹
草									

くさ

草 grass
くさ　cỏ

草木 plants
くさき　cây cỏ, thực vật

草花 flowering plant
くさばな　hoa cỏ

298 雑

ソウ

雑草 weed
ざっそう　cỏ dại

207

荷	荷	一	十	艹	艹	艹	艻	莟	荷
荷	荷								

に

荷物 baggage
に もつ　hành lý

カ

208 落

一	十	艹	艹	艹	艹	艻	莎
茨	茨	落	落				

168 込

お-とす　お-ちる

落とす drop
お　　　làm rơi, làm rớt

落ちる fall
お　　　rơi, rớt

落ち着く calm down
お　つ　　bình tĩnh

落ち込む become depressed
お　こ　　suy sụp

ラク

209 葉

一	十	艹	艹	芏	芏	苹	苹
莖	葉	葉	葉				

は

葉 leaf
は　lá cây

葉っぱ leaf
は　　　lá cây

言葉 word
ことば　từ vựng

ヨウ

紅葉 autumn foliage
こうよう　lá đỏ

210 募

一	十	艹	艹	艻	莒	苩	苩
莫	莫	募	募				

つの-る

ボ

募集 recruitment
ぼ しゅう　chiêu mộ, tuyển

応募 application
おう ぼ　ứng tuyển

111

211 夢

一	十	ザ	ザ	芦	芦	芇
芇	芦	苗	夢	夢		

ゆめ

夢 dream
ゆめ giấc mơ

ム

夢中 obsessed with
む ちゅう say mê

212 厚

一	厂	厂	厅	厚	厚	厚	厚
厚							

あつ-い

厚い thick
あつ dày

コウ

213 歴

一	厂	厂	厈	厈	歴	歴	厤
厤	厤	厤	歴	歴	歴		

レキ

歴史 history
れき し lịch sử

履歴書 resume
り れき しょ sơ yếu lý lịch

職歴 employment history
しょくれき kinh nghiệm làm việc

学歴 educational history
がくれき trình độ học vấn

214 史
314 職

□

214

史 史 | ノ 口 口 史 史

シ

歴史 history
れきし lịch sử

213 歴

世界史 world history
せかいし lịch sử thế giới

日本史 Japanese history
にほんし lịch sử Nhật Bản

215

欠 欠 | ノ ケ ケ 欠

か-ける　か-く

ケツ

216 席
274 点

欠席 non-attendance
けっせき vắng mặt

欠点 weak point
けってん khuyết điểm

216

席 席 | 丶 亠 广 广 庐 庐 庐 庐
庐 席

セキ

024 優
050 満
215 欠
219 座

席 seat
せき chỗ

座席 seat
ざせき chỗ ngồi

優先席 priority seating
ゆうせんせき chỗ ngồi ưu tiên

出席 attendance
しゅっせき tham dự

欠席 non-attendance
けっせき vắng mặt

同席 sitting with
どうせき cùng tham dự

満席 all seats full
まんせき hết chỗ

113

217 府

府 府 | ⟍ | 亠 | 广 | 广 | 广 | 庐 | 府 | 府

フ
政府 government
せい ふ　chính phủ

058 政

---

218 県

県 県 | 丨 | 冂 | 月 | 月 | 目 | 且 | 旦 | 県
県

ケン
県立 prefectural
けんりつ　do tỉnh thành lập

---

219 座

座 座 | ⟍ | 亠 | 广 | 广 | 广 | 庐 | 应 | 座
座 座

すわ-る
座る sit
すわ　ngồi

216 席

ザ
座席 seat
ざ せき　chỗ ngồi

口座 account
こう ざ　tài khoản ngân hàng

口座番号 account number
こう ざ ばんごう　Số tài khoản

114

220

庭	庭	`丶`	`一`	`广`	`广`	`广`	`庐`	`庭`	`庭`
庭	庭								

にわ

庭 garden
にわ vườn

テイ

家庭 household
か てい gia đình

221

痛

痛	痛	`丶`	`一`	`广`	`广`	`广`	`疒`	`疒`	`疖`
疖	痡	痛	痛						

いた-い　いた-める　いた-む

痛い painful
いた đau

痛む hurt
いた đau đớn

痛み pain
いた nỗi đau

ツウ

頭痛 headache
ず つう đau đầu

腹痛 stomach-ache
ふく つう đau bụng

胃痛 stomach-ache
い つう đau dạ dày

222

戻	戻	`一`	`コ`	`ヨ`	`尸`	`戸`	`戻`	`戻`

もど-す　もど-る

戻す put back
もど trả lại, hoàn lại

戻る return
もど quay trở lại

080 払

払い戻す repay
はら もど hoàn trả lại

払い戻し pay back
はら もど hoàn trả

レイ

115

223 届

届 届 | ⊃ | ⊐ | ⼫ | ⼫ | 尻 | 吊 | 届 | 届

とど-ける　とど-く

届ける deliver
とど chuyển, giao

届け report
とど đơn, giấy

届く reach
とど đến

224 局

局 局 | ⊃ | ⊐ | ⼫ | 弖 | 弖 | 局 | 局

キョク

結局 after all
けっきょく kết cục

郵便局 post office
ゆうびんきょく bưu điện

薬局 pharmacy
やっきょく hiệu thuốc

テレビ局 TV station
きょく đài truyền hình

108 郵
148 結

225 老

老 老 | 一 | 十 | 土 | 耂 | 耂 | 老

お-いる　ふ-ける

ロウ

老人 elderly person
ろうじん người già

老人ホーム nursing home
ろうじん viện dưỡng lão

226 省

□ 省

省 省

349 反

はぶ-く　かえり-みる

省く（はぶ） omit
loại bỏ, lược bớt

ショウ　セイ

省略（しょうりゃく） abbreviation
giản lược

反省（はんせい） reflection
kiểm điểm

227 差

□ 差

差 差

274 点

さ-す

差し上げる（さ あ） offer
tặng, biếu

サ

差（さ） difference
sự khác biệt

差別（さべつ） discrimination
phân biệt đối xử

時差（じさ） time difference
chênh lệch múi giờ

時差ぼけ（じさ） jet lag
mệt mỏi vì chênh lệch múi giờ

交差点（こうさてん） intersection
ngã tư

差出人（さしだしにん） sender
người gửi

228 産

□ 産

産 産

150 婦

う-む　う-まれる　うぶ

サン

生産（せいさん） production
sản xuất

産業（さんぎょう） industry
sản nghiệp

不動産（ふどうさん） real estate
bất động sản

世界遺産（せかいいさん） World Heritage
di sản thế giới

産婦人科（さんふじんか） ob-gyn
khoa phụ sản

229 ☐ 表

表 表 | 一 | 十 | ≠ | 圭 | 产 | 尹 | 表

おもて　あらわ-す　あらわ-れる

表 surface
おもて mặt trước

表す express
あらわ diễn tả

表れる be expressed
あらわ biểu hiện

090 情
117 現
241 面

ヒョウ

発表 announcement
はっぴょう phát biểu

表現 expression
ひょうげん biểu hiện

表情 facial expression
ひょうじょう vẻ mặt

表面 surface
ひょうめん bề mặt

代表者 representative
だいひょうしゃ người đại diện

時刻表 timetable
じこくひょう bảng giờ tàu, xe chạy

230 ☐ 券

券 券 | 、 | ゛ | 一 | 兰 | 羊 | 关 | 券

ケン

割引券 discount coupon
わりびきけん phiếu giảm giá

定期券 commuter pass
ていきけん vé tháng

診察券 patient registration ticket
しんさつけん phiếu khám bệnh

101 期
165 割
187 定

231 ☐ 参

参 参 | ∠ | 厶 | 台 | 夝 | 矢 | 矣 | 参 | 参

まい-る

参る go; come
まい tham gia

232 加

サン

参加 participation
さんか tham gia

参加者 participant
さんかしゃ người tham gia

232

加 加 | フ カ カ 加 加

くわ-える くわ-わる

加える add
くわ　　　 thêm vào

カ

参加 participation
さん か　　 tham gia

参加者 participant
さん か しゃ　 người tham gia

追加 addition
つい か　　 thêm vào

増加 increase
ぞう か　　 gia tăng

119 増
172 追
231 参

233

助 助 | 丨 冂 月 月 且 助 助

たす-ける たす-かる すけ

助ける save
たす　　　 giúp đỡ, cứu

助かる be saved
たす　　　 được giúp đỡ, được cứu

ジョ

234

効 効 | 丶 一 ナ 六 疒 交 交ﾞ 効

き-く

効く be effective
き　　　 có tác dụng, có hiệu quả

コウ

効果 effect
こう か　 hiệu quả

284 果

119

235 勤

勤	勤	一	十	卄	艹	芇	芇	苩	苩
		莗	萆	勤	勤				

つと-める　つと-まる

勤める　be employed
つと　　　làm việc

237 務

キン　ゴン

出勤　going to work
しゅっきん　đi làm (di chuyển trên đường)

通勤　commuting to work
つうきん　đi làm (có mặt ở chỗ làm)

勤務　duty　　　転勤　job transfer
きんむ　làm việc　てんきん　chuyển công tác

236 協

協	協	一	十	忄	忖	忷	協	協	協

キョウ

協力　cooperation　　協力者　collaborator
きょうりょく　chung sức, hợp tác　きょうりょくしゃ　người hợp tác

237 務

務	務	⁊	⁊	⁊	予	矛	矛	矛	矛
		矜	務	務					

つと-める　つと-まる

ム

235 勤

勤務　duty　　　事務　office work
きんむ　làm việc　じむ　công việc văn phòng

事務所　office　　事務室　office
じむしょ　văn phòng, trụ sở　じむしつ　phòng giấy, phòng làm việc

公務員　public servant
こうむいん　công chức

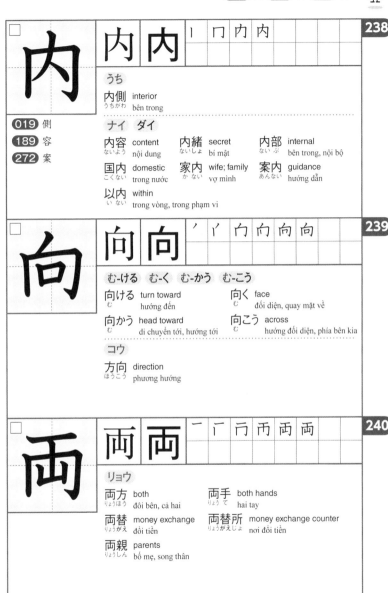

238

□ 内

内 内 　｜ 冂 内 内

うち

内側 interior
うちがわ　bên trong

019 側
189 容
272 案

ナイ　ダイ

内容 content
ないよう　nội dung

内緒 secret
ないしょ　bí mật

内部 internal
ないぶ　bên trong, nội bộ

国内 domestic
こくない　trong nước

家内 wife; family
かない　vợ mình

案内 guidance
あんない　hướng dẫn

以内 within
いない　trong vòng, trong phạm vi

239

□ 向

向 向 　ノ 丨 冂 向 向 向

む-ける　む-く　む-かう　む-こう

向ける turn toward
む　hướng đến

向く face
む　đối diện, quay mặt về

向かう head toward
む　di chuyển tới, hướng tới

向こう across
む　hướng đối diện, phía bên kia

コウ

方向 direction
ほうこう　phương hướng

240

□ 両

両 両 　一 冂 冂 币 両 両

リョウ

両方 both
りょうほう　đôi bên, cả hai

両手 both hands
りょうて　hai tay

両替 money exchange
りょうがえ　đổi tiền

両替所 money exchange counter
りょうがえしょ　nơi đổi tiền

両親 parents
りょうしん　bố mẹ, song thân

121

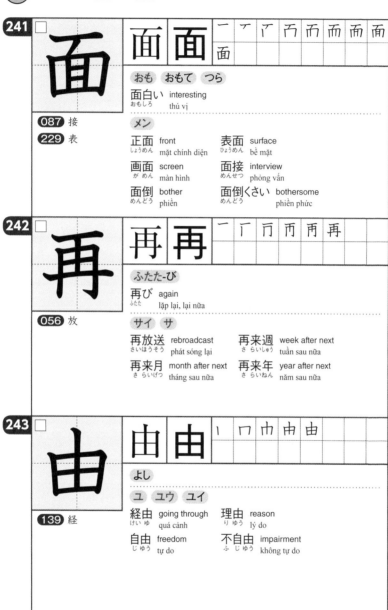

241 面

面 面　一 ニ オ 厂 厂 而 而 面 面

087 接
229 表

おも　おもて　つら

面白い　interesting
おもしろ　thú vị

メン

正面　front
しょうめん　mặt chính diện

表面　surface
ひょうめん　bề mặt

画面　screen
が めん　màn hình

面接　interview
めんせつ　phỏng vấn

面倒　bother
めんどう　phiền

面倒くさい　bothersome
めんどう　phiền phức

242 再

再 再　一 厂 厈 冇 再 再

056 放

ふたた-び

再び　again
ふたた　lặp lại, lại nữa

サイ　サ

再放送　rebroadcast
さいほうそう　phát sóng lại

再来週　week after next
さ らいしゅう　tuần sau nữa

再来月　month after next
さ らいげつ　tháng sau nữa

再来年　year after next
さ らいねん　năm sau nữa

243 由

由 由　丨 冂 巾 由 由

139 経

よし

ユ　ユウ　ユイ

経由　going through
けい ゆ　quá cảnh

理由　reason
り ゆう　lý do

自由　freedom
じ ゆう　tự do

不自由　impairment
ふ じ ゆう　không tự do

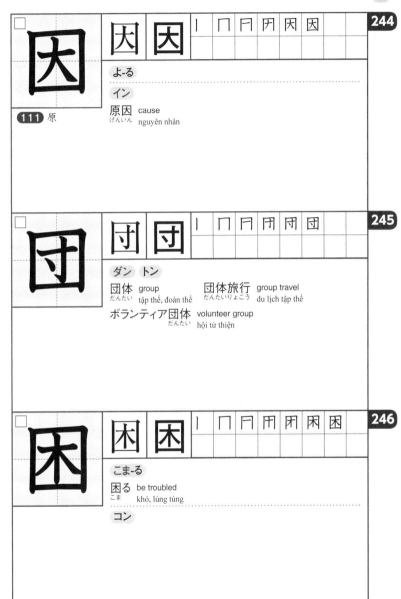

244

| 因 | 因 |) | 冂 | 冃 | 冈 | 因 | 因 |

よ-る

イン

111 原

原因　cause
げんいん　nguyên nhân

245

| 団 | 団 |) | 冂 | 冃 | 用 | 団 | 団 |

ダン　トン

団体　group
だんたい　tập thể, đoàn thể

団体旅行　group travel
だんたいりょこう　du lịch tập thể

ボランティア団体　volunteer group
だんたい　hội từ thiện

246

| 困 | 困 |) | 冂 | 冃 | 用 | 困 | 困 | 困 |

こま-る

困る　be troubled
こま　khó, lúng túng

コン

247 固

固 固 ｜ 冂 冃 円 用 用 固 固

かた-い　かた-める　かた-まる

固い　hard
かた　　cứng

コ

248 司

司 司 ㄱ ㄱ 司 司 司

つかさど-る

シ

寿司　sushi
すし　　sushi

上司　supervisor
じょうし　cấp trên

司会　leading a meeting
しかい　dẫn chương trình

司会者　moderator
しかいしゃ　người dẫn chương trình

249 可

可 可 一 一 冂 可 可

カ

可能　possible
かのう　khả năng

不可能　impossible
ふかのう　không có khả năng

089 性

可能性　potentiality
かのうせい　tính khả năng

338 能

124

250

支 支　　一　十　ナ　支

ささ-える

支える support
ささ　　chống, đỡ

080 払
142 給

シ

支払う pay
し はら　chi trả

支給 supply
し きゅう　chi cấp

支出 expenditure
し しゅつ　chi xuất

支店 branch store
し てん　chi nhánh cửa hàng

支社 branch office
し しゃ　chi nhánh công ty

支度 preparation
し たく　chuẩn bị, sửa soạn

251

幸 幸　　一　十　±　±　±　±　±　幸

しあわ-せ　さいわ-い　さち

幸せ happiness
しあわ　hạnh phúc

幸い happiness
さいわ　may mắn

コウ

幸運 good luck
こううん　vận may

幸福 happiness
こうふく　hạnh phúc

不幸 unhappiness
ふ こう　bất hạnh

252

具 具　　丨　冂　冃　月　目　且　具　具

グ

道具 tool
どう ぐ　dụng cụ

家具 furniture
か ぐ　đồ nội thất

文房具 stationery
ぶんぼう ぐ　văn phòng phẩm

303 的

具合 condition
ぐ あい　tình trạng

具体的 definite
ぐ たいてき　tính cụ thể

Webドリル

199-252

下記ウェブサイトにアクセスして、199 〜 252 の
漢字（かんじ）を復習（ふくしゅう）しましょう。

Access the Website shown below and review kanji 199 to 252.

Hãy kết nối vào trang web sau đây, và luyện tập các chữ Hán có
số từ 199 〜 252.

PC https://www.ask-books.com/JLPTkanji/N3/5.html

Smartphone

N3漢字
かんじ

253-300

クイズ

おかし はどう書く？

お果子　お菓子　お早子　お草子

253 負

負	負	ノ	ク	ㇵ	个	角	角	負	負
		負							

ま-かす　ま-ける　お-う

負ける　lose
ま　　　　thua

フ

254 昔

昔	昔	一	十	艹	芢	节	芐	昔

むかし

昔　olden days
むかし　ngày xưa

セキ　シャク

255 香

香	香	一	二	千	禾	禾	乑	香	香
		香							

かお-る　かお-り　か

香り　fragrance
かお　　hương thơm

コウ　キョウ

香水　perfume
こうすい　nước hoa

256 普

、　ゝ　立　並　並　並　並　並
普　普　普　普

フ

普通 normal
ふ つう　thông thường

普段 usual
ふ だん　thường ngày

106 段

257 皆

一　ト　比　比　比　皆　皆
皆

みな

皆 everyone
みな　tất cả

皆さん everyone
みな　tất cả mọi người

皆様 everyone
みなさま　tất cả quý vị

071 様

カイ

258 直

一　十　广　古　冇　首　直　直

なお-す　なお-る　ただ-ちに

直す fix
なお　sửa

見直す re-examine
み なお　xem lại

書き直す rewrite
か　なお　viết lại

直る be fixed
なお　được sửa, được chữa

仲直り reconciliation
なかなお　làm lành

素直 honest
す なお　ngoan ngoãn, vâng lời

チョク　ジキ

直接 direct
ちょくせつ　trực tiếp

正直 honest
しょうじき　chính trực, thành thực

087 接

259

置

置 置 | ⼀ | ⼌ | ⼍ | ⼎ | 罒 | 罒 | 罒 | 罒

罒 | 罒 | 罒 | 置

お-く

置く place
お 　　　 đặt, để

物置 storage room
ものおき kho cất đồ, phòng để đồ

007 位

チ

位置 position
い ち vị trí

260

型

型 型 | ⼀ | ⼆ | 开 | 开 | 刑 | 刑 | 刑 | 型

型

かた

小型 small-sized
こがた cỡ nhỏ

大型 large-sized
おおがた cỡ lớn

大型連休 long holiday
おおがたれんきゅう kì nghỉ dài

髪型 hair style
かみがた kiểu tóc

血液型 blood type
けつえきがた nhóm máu

176 連
290 血

ケイ

261

基

基 基 | ⼀ | 十 | 卄 | 甘 | 甘 | 其 | 其 | 其

其 基 基

もと　もとい

キ

303 的

基本 basics
きほん cơ bản

基本的 fundamental
きほんてき tính cơ bản

基礎 foundation
きそ căn bản, nền tảng, nền móng

基礎的 foundational
きそてき tính căn bản

130

262 閉

閉 閉

ノ	ｆ	ｒ	ｐ	ｐ¹	門	門	門
門	閉	閉					

し-める　し-まる　と-じる　と-ざす

閉める　close
し　　　　đóng (cái gì)

閉まる　be closed
し　　　　(cái gì) đóng

閉じる　close
と　　　　khép, nhắm, đóng

ヘイ

263 関

関 関

ノ	ｆ	ｒ	ｐ	ｐ¹	門	門	門
門	門	門	関	関	関		

かか-わる　せき

カン

014 係
066 機
176 連
275 無

関係　relation
かんけい　quan hệ

人間関係　personal relationships
にんげんかんけい　quan hệ xã hội

友好関係　friendly relation
ゆうこうかんけい　quan hệ hữu hảo

上下関係　hierarchical relationship
じょう げ かんけい　quan hệ trên dưới

関連　connection
かんれん　liên quan

関心　interest
かんしん　quan tâm

無関心　indifferent
む かんしん　không quan tâm

交通機関　transportation facilities
こうつう き かん　phương tiện giao thông

264 星

星 星

ノ	⼝	⽇	曰	尸	巴	早	星
星							

ほし

星　star
ほし　ngôi sao

セイ　ショウ

265

量

量 量 | 丶 一 口 曰 旦 旱 昌 昌
昌 昌 量 量

はか-**る**

量る weigh
はか　　cân

041 消
154 費
313 輸

リョウ

量 amount
りょう　lượng

大量 large amount
たいりょう　lượng lớn, đại lượng

輸出量 amount of export
ゆ しゅつりょう　lượng xuất khẩu

消費量 consumption
しょう ひ りょう　lượng tiêu dùng

266

最

最 最 | 丶 一 冂 曰 旦 旱 昇 昌
昌 昌 最 最

もっと-**も**

最も most
もっと　nhất

031 初

サイ

最新 newest
さいしん　mới nhất, tối tân

最高 highest
さいこう　tốt nhất

最低 lowest
さいてい　tệ nhất

最初 first
さいしょ　đầu tiên, trước hết

最後 last
さい ご　cuối cùng

最終 final
さいしゅう　sau cùng

最近 recent
さいきん　gần đây

最中 in the middle of
さいちゅう　giữa, đang, trong khi

267

雪

雪 雪 | 一 厂 厈 币 雨 雨 雪
雪 雪 雪

ゆき

雪 snow
ゆき　tuyết

大雪 heavy snow
おおゆき　tuyết rơi dày

雪祭り snow festival
ゆきまつ　lễ hội tuyết

セツ

268

雲 雲 ｜ 一 ｜ 二 ｜ 戸 ｜ 丙 ｜ 雨 ｜ 雨 ｜ 雨
雪 雪 雲 雲

くも
雲 cloud
くも mây

ウン

269

震 震 ｜ 一 ｜ 二 ｜ 戸 ｜ 丙 ｜ 雨 ｜ 雨 ｜ 雨
雷 雷 雷 雷 霄 震 震

ふる-える　ふる-う
震える shake
ふる run

シン
地震 earthquake
じ しん động đất

270

留 留 ｜ ′ ｜ ⊂ ｜ ム ｜ 幻 ｜ 幼 ｜ 矧 ｜ 留
留 留

と-める　と-まる

リュウ　ル

184 守

留学 study abroad
りゅうがく du học

留学生 exchange student
りゅうがくせい du học sinh

留守 away from home
る す vắng

留守番電話 answering machine
る す ばんでん わ tin nhắn thoại

271

条

| 条 条 | ノ | ク | 夕 | 冬 | 条 | 条 | 条 | |

ジョウ

条件 condition
じょうけん　điều kiện

005 件

272

案

| 案 案 | ˋ | ˊ | 宀 | 灾 | 安 | 安 | 安 | 案 |
| 灾 案 | | | | | | | |

アン

案 suggestion　案内 guidance　案外 unexpectedly
あん　dự thảo　あんない　hướng dẫn　あんがい　không ngờ

238 内

273

馬

| 馬 馬 | l | 厂 | 厂 | 厍 | 馬 | 馬 | 馬 | 馬 |
| 馬 馬 | | | | | | | |

うま　ま

馬 horse
うま　con ngựa

バ

274 点

筆順: 丨 ト ヤ ۲占 占 占 点 点

テン

点 point
てん　điểm

点数 score
てんすう　điểm số

満点 perfect score
まんてん　điểm tối đa

欠点 flaw
けってん　khuyết điểm

弱点 weakness
じゃくてん　nhược điểm

終点 last stop
しゅうてん　điểm cuối, trạm cuối

交差点 intersection
こうさてん　ngã tư

注意点 important point
ちゅういてん　điểm chú ý

050 満
059 数
215 欠
227 差

275 無

筆順: 丿 ⸍ 二 仁 ⸍ 無 無 無 無 無 無 無

な-い

無い nonexistent
な　không có

無くなる be lost
な　hết, mất

無くす lose
な　làm mất

ム　ブ

無料 free
むりょう　miễn phí

無職 unemployed
むしょく　không có việc làm

無視 ignoring
むし　phớt lờ, làm ngơ

無断 without permission
むだん　không phép

無理 impossible
むり　quá sức

無責任 irresponsibility
むせきにん　vô trách nhiệm

無事 safety
ぶじ　bình an vô sự

004 任
153 責
307 断
314 職

276 然

筆順: 丿 ク タ タ タ- 夘 タ夊 タ犬 タ犬 然 然 然 然

ゼン　ネン

自然 nature
しぜん　tự nhiên

突然 sudden
とつぜん　đột nhiên

偶然 coincidence
ぐうぜん　ngẫu nhiên

当然 natural
とうぜん　đương nhiên

全然 entirely
ぜんぜん　hoàn toàn

320 当

135

277 □

熱 熱

一	十	土	产	夫	去	幸	幸
刲	執	執	執	執	熱	熱	

あつ-い

熱い hot
あつ　　nóng

154 費

ネツ

熱 heat　　　　　熱心 enthusiastic
ねつ　sốt, nhiệt　　ねっしん　nhiệt tình, nhiệt tâm

光熱費 cost of heat and electricity
こうねつ ひ　tiền điện dầu gas

熱する heat up
ねつ　　làm cho nóng lên

278 □

器 器

丨	口	口	叩	叩	哭	哭	哭
哭	哭	哭	器	器	器	器	

うつわ

キ

食器 tableware　　炊飯器 rice cooker　　容器 container
しょっき　chén bát　　すいはんき　nồi cơm điện　　ようき　đồ đựng

楽器 instrument　　器用 skillful
がっき　nhạc cụ　　きよう　khéo léo

不器用 clumsy, tactless
ぶ きよう　vụng về, không khéo tay

279 □

毛 毛

´	二	三	毛				

け

毛 fair　　　　　毛玉 hairball
け　lông　　　　け だま　cục xụ lông trên bề mặt vải

まつ毛 eyelashes　　まゆ毛 eyebrows　　髪の毛 hair
げ　lông mi　　げ　lông mày　　かみ け　sợi tóc

モウ

280 玉

136

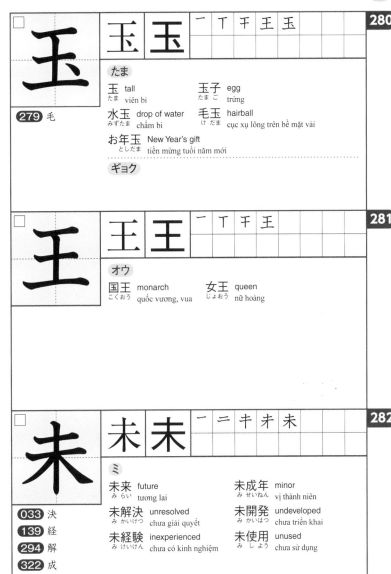

280

玉

279 毛

玉　玉　｜ 一 丁 干 王 玉

たま

玉 tall
たま　viên bi

玉子 egg
たまご　trứng

水玉 drop of water
みずたま　chấm bi

毛玉 hairball
けだま　cục xù lông trên bề mặt vải

お年玉 New Year's gift
としだま　tiền mừng tuổi năm mới

ギョク

281

王

王　王　｜ 一 丁 干 王

オウ

国王 monarch
こくおう　quốc vương, vua

女王 queen
じょおう　nữ hoàng

282

未

033 決
139 経
294 解
322 成

未　未　｜ 一 二 キ オ 未

ミ

未来 future
みらい　tương lai

未成年 minor
みせいねん　vị thành niên

未解決 unresolved
みかいけつ　chưa giải quyết

未開発 undeveloped
みかいはつ　chưa triển khai

未経験 inexperienced
みけいけん　chưa có kinh nghiệm

未使用 unused
みしよう　chưa sử dụng

283

末 末 ｜ 一 二 キ 才 末

すえ

末っ子 youngest child
すえ こ con út

マツ バツ

週末 weekend
しゅうまつ cuối tuần

月末 end of the month
げつまつ cuối tháng

年末 end of the year
ねんまつ cuối năm

年末年始 New Year's holiday
ねんまつねん し cuối năm cũ đầu năm mới

284

果 果 ｜ 口 曰 日 旦 甲 早 果

は-たす は-てる は-て

カ

148 結

234 効

結果 result
けっ か kết quả

効果 effect
こう か hiệu quả

285

菓 菓 一 十 艹 艹 芦 芦 苩 苩
苗 菓 菓

カ

お菓子 sweets
か し bánh kẹo

286

示 | 示 | 示 | 一 ニ テ テ 示

しめ-す

示す demonstrate
しめ　biểu hiện ra

085 指

ジ　シ

指示 instructions
し じ　chỉ thị

掲示板 bulletin board
けい じ ばん　bản niêm yết thông báo

287

禁 | 禁 | 禁 | 一 十 オ オ 木 村 村 林
　　　　　　　林 埜 埜 禁 禁

キン

禁止 prohibition
きん し　cấm

横断禁止 no crossing
おうだんきん し　cấm băng ngang qua

立入禁止 no entry
たちいりきん し　cấm vào

駐車禁止 no parking
ちゅうしゃきん し　cấm đỗ xe

074 横
307 断

禁煙 no smoking
きんえん　cấm hút thuốc

288

申 | 申 | 申 | 丿 冂 闩 日 申

もう-す

申す say
もう　nói (khiêm nhường ngữ)

申し上げる say
もう　あ　nói (khiêm nhường ngữ)

168 込

申し込む apply for
もう　こ　đăng ký

申し込み application
もう　こ　sự đăng ký

申込書 application form
もうしこみしょ　giấy đăng ký

シン

139

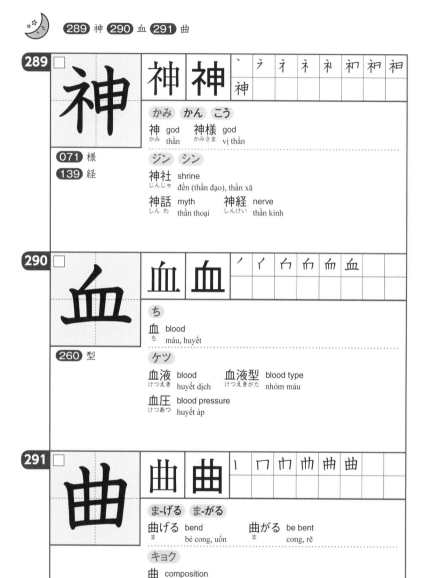

289 神

神 神 ｜ `ヽ ｚ ｉ ｊ ｊ ｈ ｊ 神

かみ　かん　こう

神 god
かみ　　 thần

神様 god
かみさま　vị thần

ジン　シン

神社 shrine
じんじゃ　đền (thần đạo), thần xã

神話 myth
しんわ　thần thoại

神経 nerve
しんけい　thần kinh

071 様
139 経

---

290 血

血 血 ｜ ｀ ｲ 白 白 血 血

ち

血 blood
ち　máu, huyết

ケツ

血液 blood
けつえき　huyết dịch

血液型 blood type
けつえきがた　nhóm máu

血圧 blood pressure
けつあつ　huyết áp

260 型

---

291 曲

曲 曲 ｜ 冂 曲 曲 曲 曲

ま-げる　ま-がる

曲げる bend
ま　　 bẻ cong, uốn

曲がる be bent
ま　　 cong, rẽ

キョク

曲 composition
きょく　ca khúc

新曲 new composition
しんきょく　ca khúc mới

ヒット曲 hit single
きょく　ca khúc hit

292

農 | 農 農 | ヽ 冖 冖 冊 曲 曲 芦
芦 芦 農 農 農 | | |

ノウ

農業 agriculture
のうぎょう nông nghiệp

農家 farmer
のうか nhà nông

293

角 | 角 角 | ノ ク グ 甬 角 角 角

かど　つの

角 corner
かど góc

302 形

カク

四角い square
しかく tứ giác

三角形 triangle
さんかくけい hình tam giác

方角 direction
ほうがく phương hướng

294

解 | 解 解 | ノ ク グ 甬 角 角 角 角ア
魠 魠 解 解 解

と-く　と-ける　と-かす

解く solve
と giải

033 決
041 消

カイ　ゲ

解答 answer
かいとう giải đáp

解決 solution
かいけつ giải quyết

解散 breaking up
かいさん giải tán

解消 cancellation
かいしょう giải trừ

正解 correct answer
せいかい chính xác

理解 understanding
りかい lý giải

295

船 船 | ′ ⺈ ⺆ ⺬ ⺬ ⺬ ⺬
船 船 船

ふね　ふな

船 boat
ふね　tàu, thuyền

船便 sea mail
ふなびん　gửi bằng đường biển

セン

風船 balloon
ふうせん　bong bóng

296

呼 呼 | 丶 ⼝ ⼝ ⼝′ ⼝ ⼝ 吗 呼

よ-ぶ

呼ぶ call
よ　gọi

呼びかける call out to
よ　kêu gọi

コ

呼吸 breathing
こ きゅう　hô hấp

297

鳴 鳴 | 丶 ⼝ ⼝ ⼝′ 吖 吗 吗 吶
吶 鳴 鳴 鳴 鳴 鳴

な-く　な-る　な-らす

鳴く make sound
な　kêu

鳴る sound
な　reng, reo

メイ

298 雑

ノ	九	九	卒	杂	杂	枠	剎
剎	剎	雑	雑	雑	雑		

ザツ ゾウ

複雑 complicated
ふくざつ phức tạp

雑誌 magazine
ざっし tạp chí

混雑 crowding
こんざつ hỗn tạp, đông đúc

雑草 weed
ざっそう cỏ dại

030 複
125 誌
206 草

299 難

一	艹	艹	芑	芦	苩	莒	莒
茣	茣	剿	剿	剿	剿	難	難

むずか-しい　かた-い

難しい difficult
むずか khó

ナン

300 収

丨	丩	収	収				

おさ-める　おさ-まる

シュウ

収入 income
しゅうにゅう thu nhập

回収 collection
かいしゅう thu hồi

年収 yearly income
ねんしゅう thu nhập trong một năm

領収書 hand-written receipt
りょうしゅうしょ hóa đơn

Webドリル

253-300

下記ウェブサイトにアクセスして、253 ～ 300 の
漢字(かんじ)を復習(ふくしゅう)しましょう。

Access the Website shown below and review kanji 253 to 300.

Hãy kết nối vào trang web sau đây, và luyện tập các chữ Hán có
số từ 253 ～ 300.

PC https://www.ask-books.com/JLPTkanji/N3/6.html

N3漢字
かんじ

301-350

クイズ

戦争 はどう読む？

せんぞう　ぜんそう　ぜんぞう　せんそう

301

礼 礼　｀ ｧ ネ ネ 礼

レイ　ライ

お礼 gratitude
れい　cảm ơn

失礼 impoliteness
しつれい　thất lễ

159 失

302

形 形　一 二 干 开 形 形 形

かたち　かた

形 form
かたち　hình

293 角

ケイ　ギョウ

三角形 triangle
さんかくけい　hình tam giác

人形 doll
にんぎょう　búp bê

303

的 的　ノ ｲ 自 自 白 的 的 的

まと

テキ

044 済　252 具

090 情　284 果

099 感

107 際

139 経

234 効

目的 objective
もくてき　mục đích

具体的 concrete
ぐたいてき　tính cụ thể

積極的 assertive
せっきょくてき　tính tích cực

国際的 international
こくさいてき　tính quốc tế

一般的 general
いっぱんてき　tính thông thường

効果的 effective
こうかてき　tính hiệu quả

感情的 emotional
かんじょうてき　tính cảm tính

経済的 economic
けいざいてき　tính kinh tế

146

師 304

師 師 | 斿 師

｀ ｀ ｆ ｆ ｆ ｆ ｆ ｆ

シ

教師 teacher
きょうし giáo viên, giảng viên

看護師 nurse
かんごし y tá

美容師 beautician
びようし thợ làm tóc

189 容
332 美

殺 305

殺 殺 | 穀 殺

ノ メ 杀 杀 杀 杀 杀 殺

ころ-す

殺す kill
ころ giết

サツ サイ セツ

配 306

配 配 | 酌 配

一 厂 гī ′′ 两 酉 酉 酉′

くば-る

配る distribute
くば phát

183 宅

ハイ

心配 worry
しんぱい lo lắng

配達 delivery
はいたつ chuyển phát

宅配便 express home delivery
たくはいびん chuyển phát tận nhà

307 断

断	断	`	``	느	半	米	迷	迷´
		迷	断	断				

ことわ-る　た-つ

断る refuse
ことわ　từ chối

020	健
021	康
074	横
164	判
275	無
287	禁

ダン

横断 crossing
おうだん　băng qua

診断 medical examination
しんだん　khám bệnh, chẩn đoán

無断 without permission
むだん　không phép

横断禁止 no crossing
おうだんきんし　cấm băng qua

健康診断 physical examination
けんこうしんだん　khám sức khỏe

判断 judgement
はんだん　phán đoán

308 辞

辞	辞	´	二	千	千	舌	舌	舌´
		舌	舌	辞	辞	辞		

や-める

辞める quit
や　bỏ

ジ

辞書 dictionary
じしょ　từ điển

辞典 dictionary
じてん　từ điển

電子辞書 electronic dictionary
でんしじしょ　kim từ điển (từ điển điện tử)

お辞儀 bowing
じぎ　cúi chào

309 鉄

鉄	鉄	ノ	ハ	ム	소	牟	牟	金
		釒	鉄	鉄	鉄	鉄		

テツ

鉄道 railroad
てつどう　đường sắt

地下鉄 subway
ちかてつ　tàu điện ngầm

私鉄 private railway
してつ　đường sắt tư nhân

310 静

| 一 | 十 | キ | 主 | 圭 | 青 | 青 | 青 |
| 青 | 青´ | 青 | 静 | 静 | 静 | | |

しず-か　しず　しず-める　しず-まる

静か quiet
しず　yên tĩnh

セイ　ジョウ

311 疑

| ソ | ヒ | 上 | 匕 | 匕 | 뷰 | 뷰 | 뷰 |
| 뷰マ | 疑マ | 疑 | 疑 | 疑 | 疑 | | |

うたが-う

疑う doubt　　疑い doubt
うたが　nghi ngờ　うたが　sự nghi ngờ

ギ

疑問 question
ぎ もん　nghi vấn

312 確

| 一 | ア | 不 | 石 | 石 | 矿 | 矿 | 矿 |
| 矿 | 矿 | 矿 | 碓 | 碓 | 確 | 確 | |

たし-か　たし-かめる

確か certain　確かに certainly　確かめる check
たし　chắc là　たし　chắc chắn　たし　làm rõ, xác nhận

カク

確認 confirm　確実 certainty　正確 accurate
かくにん　xác nhận　かくじつ　xác thực　せいかく　chính xác

313 □

輸 輸 | 一 | 厂 | 币 | 币 | 自 | 車 | 軒
軒 | 軒 | 軒 | 軒 | 輪 | 輪 | 輪 | 輸

ユ

265 量

輸出	export	輸出量	amount of exports
ゆしゅつ	xuất khẩu	ゆしゅつりょう	lượng xuất khẩu
輸入	import	輸入品	imported goods
ゆにゅう	nhập khẩu	ゆにゅうひん	hàng nhập khẩu

314 □

職 職 | 一 | 下 | 下 | 耳 | 耳 | 耳 | 耵
耵 | 耵 | 耵 | 耵 | 暗 | 職 | 職 | 職

ショク

040 活
173 退
275 無

職業	occupation	職場	workplace
しょくぎょう	nghề nghiệp	しょくば	nơi làm việc
就職	finding employment	就職活動	job hunting
しゅうしょく	việc làm	しゅうしょくかつどう	tìm việc làm
退職	resignation	転職	job change
たいしょく	bỏ việc	てんしょく	chuyển việc
無職	unemployed		
むしょく	không có việc làm		

315 □

久 久 | ノ | ク | 久

ひさ-しい

| 久しぶり | first in a long time |
| ひさ | lâu ngày |

ク キュウ

丸 丸 ノ 九 丸

まる　まる-い　まる-める

丸 circle
まる　vòng tròn

丸い round
まる　tròn

ガン

比 比 一 ヒ ヒ 比

くら-べる

比べる compare
くら　so

ヒ

比較 comparison
ひ かく　so sánh

央 央 丶 口 口 央 央

オウ

中央 center
ちゅうおう　trung ương

319

共

共 共

一 十 卄 丑 丑 共

099 感

とも

キョウ

共通 mutual
きょうつう chung

共同 doing together
きょうどう cộng đồng, cộng tác

共感 sympathy
きょうかん đồng cảm

公共 public
こうきょう công cộng

公共料金 public utilities charge
こうきょうりょうきん phí công cộng

320

当

当 当

丶 丷 丷 当 当 当

063 相
276 然

あ-てる あ-たる

当てる make a hit
あ đánh trúng, bắn trúng

当たる collide; hit
あ va chạm; trúng

日当たり sunshine
ひ あ ánh nắng chiếu vào

当たり前 obvious
あ まえ dĩ nhiên

トウ

当日 that day
とうじつ hôm ấy

当然 of course
とうぜん đương nhiên

本当 true
ほんとう thật sự

相当 corresponding to
そうとう tương đương, khá

担当 being in charge
たんとう phụ trách, đảm nhiệm

321

式

式 式

一 二 三 丁 王 式 式

148 結
149 婚
322 成
328 卒

シキ

入学式 school entrance ceremony
にゅうがくしき lễ nhập học

卒業式 graduation ceremony
そつぎょうしき lễ tốt nghiệp

成人式 coming-of-age ceremony
せいじんしき lễ thành nhân

結婚式 wedding
けっこんしき lễ kết hôn

葬式 funeral
そうしき lễ tang

322 成

成 成 ｜ ノ 厂 厉 成 成 成

な-す　な-る

セイ　ジョウ

185 完
282 未

成績 grade せいせき　thành tích	成功 success せいこう　thành công	成長 growth せいちょう　trưởng thành
完成 completion かんせい　hoàn thành	成人 adult せいじん　thành nhân	未成年 minor み せいねん　vị thành niên

323 求

求 求 一 十 寸 寸 求 求 求

もと-める

求める seek
もと　　　　yêu cầu

キュウ

請求書 invoice
せいきゅうしょ　phiếu yêu cầu thanh toán

324 身

身 身 ′ ⼻ 冂 甪 甪 身 身

み

身 body み　thân	中身 contents なか み　bên trong	身近 familiar み ちか　thân thuộc, gần gũi
身につける acquire knowledge み　　　　　trang bị, ghi nhớ		身につく be acquired み　　　　thành thạo, nắm vững

シン

出身 hometown しゅっしん　xuất thân	独身 single どくしん　độc thân	身長 height しんちょう　chiều cao

325 □

君

| 君 | 君 | フ | ユ | ヨ | ヨ | 尹 | 尹 | 君 | 君 | |

きみ

君 you
きみ em

クン

〜君 boy
くん cậu〜

---

326 □

命

| 命 | 命 | ノ | 人 | 人 | 合 | 合 | 合 | 命 | 命 |

いのち

命 life
いのち sinh mệnh

メイ　ミョウ

一生懸命 with all one's might
いっしょうけんめい chăm chỉ

命令 command
めいれい mệnh lệnh

---

327 □

受

| 受 | 受 | ノ | ⺈ | ⺈ | 厂 | ⺤ | 受 | 受 |

003 付
013 信

う-ける　う-かる

受ける accept
う nhận

引き受ける undertake
ひ う đảm nhiệm

受け取る receive
う と lấy

受け付ける receive
う つ tiếp nhận

受付 reception
うけつけ lễ tân

受かる pass
う thi đỗ

ジュ

受験 taking a test
じゅけん dự thi

受信 reception
じゅしん nhận tin

328

卒 卒

` ー ナ ナ ナ 卒 卒 卒

ソツ

卒業 graduation
そつぎょう tốt nghiệp

卒業生 graduate
そつぎょうせい người đã tốt nghiệp

卒業式 graduation ceremony
そつぎょうしき lễ tốt nghiệp

卒業論文 graduation thesis
そつぎょうろんぶん luận văn tốt nghiệp

129 論
321 式

329

並 並

` ` ` ` ` ` ` `

なら-べる　なら-ぶ　なら-びに　なみ

並べる line up
なら xếp hàng

並ぶ stand in a line
なら sắp xếp

ヘイ

330

育 育

` ー ナ ナ ナ 育 育 育

そだ-てる　そだ-つ　はぐく-む

育てる raise
そだ nuôi

育つ be raised
そだ lớn lên

イク

教育 education
きょういく giáo dục

体育 physical education
たいいく thể dục

育児 childcare
いくじ nuôi con

保育園 nursery school
ほいくえん nhà trẻ

012 保

331 商

商 商	`	一	〒	立	产	产	两	两
	两	两	商					

あきな-う

ショウ

商品 commodity
しょうひん hàng hóa

商売 commerce
しょうばい bán hàng

商業 commerce
しょうぎょう thương nghiệp

商店 store
しょうてん cửa hiệu

332 美

美 美	`	`	一	关	半	兰	羊
	美						

うつく-しい

美しい beautiful
うつく đẹp

028 術
189 容
304 師

ビ

美術館 art museum
びじゅつかん bảo tàng mỹ thuật

美容院 beauty salon
びよういん thẩm mỹ viện

美容師 beautician
びようし thợ làm đẹp, thợ làm tóc

美人 beautiful woman
びじん người đẹp

美女 beautiful woman
びじょ mỹ nữ (cô gái đẹp)

333 変

変 変	`	一	广	ナ	亦	亦	亦	変
	変							

か-える　か-わる

変える change
か đổi

変わる be changed
か thay đổi

相変わらず same as always
あいか không đổi, như cũ

001 化
063 相

ヘン

変 strange
へん kỳ cục

大変 terrible
たいへん khó khăn, vất vả

変換 conversion
へんかん hoán đổi

変更 change
へんこう thay đổi

変化 change
へんか biến hóa, biến đổi

334

て	て	て	飞	飞	飛	飛	飛
飛							

飛 飛

□ 飛
066 機
168 込

と-ばす　と-ぶ

飛ぶ　fly
と　　　bay

飛び出す　jump out
と　　だ　　bay ra, nhào ra

飛び込む　jump in
と　　こ　　bay vào

ヒ

飛行機　airplane
ひ こう き　máy bay

335

フ	ヲ	ヺ	癶	癶	癶	癶	癶
登	登	登	登				

登 登

□ 登

のぼ-る

登る　climb
のぼ　　leo

山登り　mountain climbing
やまのぼ　leo núi

ト　トウ

登山　mountain climbing
と ざん　leo núi

登場　appearance
とうじょう　xuất hiện

登録　registration
とうろく　đăng ký

336

⌐	⌐	�⌐	歩	歩	歩	歩	歩
歯	歯	歯	歯				

歯 歯

□ 歯

は

歯　tooth
は　răng

虫歯　cavity
むし ば　răng sâu

歯磨き　teeth brushing
は みが　đánh răng

歯医者　dentist
は い しゃ　nha sỹ

シ

歯科　dentistry
し か　nha khoa

337 □

才 | 才 | 一 十 才

サイ

才能 talent
さいのう　tài năng

天才 genius
てんさい　thiên tài

338 能

---

338 □

能 | 能 | ㇐ ㇑ ㇒ 台 台 台 台 能
　　　能 能

ノウ

才能 talent
さいのう　tài năng

能力 ability
のうりょく　năng lực

089 性

可能 potential
かのう　khả năng

不可能 impossible
ふ か のう　bất khả thi, không có khả năng

249 可

337 才

可能性 possibility
か のうせい　tính khả năng

---

339 □

平 | 平 | 一 ㇇ 厂 立 平

たいら ひら

ヘイ ビョウ

340 和

平和 peace
へい わ　hòa bình

平気 calmness
へい き　bình tĩnh, ổn

平均 average
へいきん　trung bình

平日 weekday
へいじつ　ngày thường

| ノ | 二 | 千 | 禾 | 禾 | 利 | 和 | 和 | **340** |

なご-やか　なご-む　やわ-らげる　やわ-らぐ

ワ　オ

339 平

平和 peace
へい わ　hòa bình

和服 Japanese clothing
わ ふく　trang phục Nhật

和食 Japanese food
わ しょく　đồ ăn Nhật

和室 Japanese-style room
わ しつ　phòng Nhật

和風 Japanese style
わ ふう　phong cách Nhật

| ` | `` | ``` | ```` | 兴 | 当 | 当 | **341** |
| 単 | 単 | 戦 | 戦 | 戦 | | | |

たたか-う　いくさ

戦う fight
たたか　chiến đấu

戦い battle
たたか　cuộc chiến

342 争

セン

戦争 war
せんそう　chiến tranh

| ノ | ク | 夕 | 午 | 刍 | 争 | | **342** |

あらそ-う

争う compete
あらそ　gây gổ

争い dispute
あらそ　tranh giành

言い争い argument
い　あらそ　sự cãi cọ

341 戦

ソウ

戦争 war
せんそう　chiến tranh

競争 competition
きょうそう　thi đua, cạnh tranh

343

存 存 | 一 ナ ナ ゔ ゔ 存

ソン　ゾン

存在 existence
そんざい　tồn tại

012 保
344 在

保存 preservation
ほ ぞん　bảo tồn

存じる think
ぞん　biết (khiêm nhường ngữ)

344

在 在 | 一 ナ ナ ゔ 存 在

あ-る

ザイ

117 現
343 存

存在 existence
そんざい　tồn tại

滞在 stay
たいざい　lưu trú

現在 present
げんざい　hiện tại

345

報 報 | 一 十 土 キ ち ち 幸
幸 幸 幸 報 報

むく-いる

ホウ

090 情
109 予
346 告

報告 report
ほうこく　báo cáo

情報 information
じょうほう　thông tin

予報 forecast
よ ほう　dự báo

天気予報 weather forecast
てん き よ ほう　dự báo thời tiết

346 告

告 告

ノ ㄏ 屮 生 牛 告 告

345 報

つ-げる

コク

報告 (ほうこく) report / báo cáo

広告 (こうこく) advertisement / quảng cáo

347 必

必 必

丶 ソ 义 必 必

348 要

かなら-ず

必ず (かなら) without exception / nhất định

ヒツ

必要 (ひつよう) necessary / cần thiết

348 要

要 要

一 冂 冂 襾 襾 西 要 要 要

347 必

い-る **かなめ**

要る (い) need / cần

ヨウ

必要 (ひつよう) necessary / cần thiết

不要 (ふよう) unnecessary / không cần thiết

重要 (じゅうよう) important / trọng yếu

主要 (しゅよう) main / chủ yếu

要するに (よう) to sum up / tóm lại

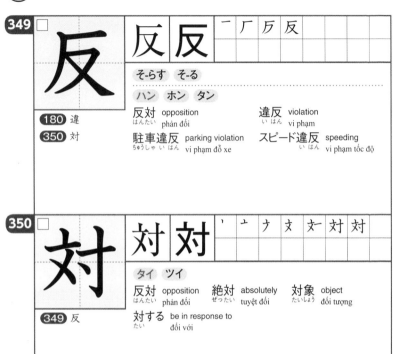

349 反

反 反 | 一 厂 厅 反

そ-らす　そ-る

ハン　ホン　タン

180 違
350 対

反対　opposition
はんたい　phản đối

違反　violation
い はん　vi phạm

駐車違反　parking violation
ちゅうしゃ い はん　vi phạm đỗ xe

スピード違反　speeding
い はん　vi phạm tốc độ

350 対

対 対 | 丶 亠 ナ 文 文 対 対

タイ　ツイ

反対　opposition
はんたい　phản đối

絶対　absolutely
ぜったい　tuyệt đối

対象　object
たいしょう　đối tượng

349 反

対する　be in response to
たい　đối với

Webドリル

301-350

下記ウェブサイトにアクセスして、301 ～ 350 の
（かき）
漢字を復習しましょう。
（かんじ）　（ふくしゅう）

Access the Website shown below and review kanji 301 to 350.

Hãy kết nối vào trang web sau đây, và luyện tập các chữ Hán có
số từ 301 ～ 350.

PC https://www.ask-books.com/JLPTkanji/N3/7.html

 Smartphone

50音順索引
おんじゅんさくいん

Japanese Syllabic Index
Hướng dẫn tra cứu theo thứ tự bảng chữ cái tiếng Nhật

索引

索引

171

索引

索引

はじめての日本語能 力 試験　N3漢字　350
にほんごのうりょくしけん　　かんじ

2020年10月26日　初版　第1刷発行
2024年 9月 5日　初版　第3刷発行

編　　　著　アスク編集部
Ｄ　Ｔ　Ｐ　朝日メディアインターナショナル株式会社
カバーデザイン　岡崎 裕樹
翻　　　訳　Malcolm Hendricks（英語）
　　　　　　TON NU DIEM THU（ベトナム語）

印刷・製本　日経印刷株式会社
発　行　人　天谷 修身
発　　　行　株式会社 アスク
　　　　　　〒162-8558 東京都新宿区下宮比町2-6
　　　　　　TEL 03-3267-6864　FAX 03-3267-6867

アンケートにご協力ください
 PC https://www.ask-books.com/support/　 Smartphone